जादू की झप्पी

प्रदीप आवटे

सकाळ प्रकाशन

Jadu Ki Zappi (Kishor Kathasangrah)

© Pradeep Aawate

जादू की झप्पी (किशोर कथासंग्रह)

लेखक	: प्रदीप आवटे
प्रथम आवृत्ती	: जून २०१८
मुखपृष्ठ आणि आतील चित्रे	: रेश्मा बर्वे
मुद्रितशोधन-मांडणी	: अश्विनी महाजन
प्रकाशक	: सकाळ मीडिया प्रा. लि.
	५९५, बुधवार पेठ, पुणे ४११ ००२

ISBN : 978-93-87408-26-5

संपर्क : ०२०-२४४० ५६७८ / ८८८८८ ४९०५०
sakalprakashan@esakal.com

Disclaimer:
The views expressed in this book are those of the Author and do not necessarily reflect the views of the Publishers.

ज्यांच्या डोळ्यांत
कुतूहलाच्या शाईने कोरलेली प्रश्नचिन्हं आहेत...
अशा सगळ्या छोट्या दोस्तांना
जादू की झप्पी

गोष्टीचं झाड...

कधीकधी मला वाटतं, आपल्या प्रत्येकाच्या मनात गोष्टीचं एक झाड असतं, आपल्याही नकळत फुलणारं उद्या त्याला कोणती गोष्ट लगडेल हे आपल्यालाही ठावं नसतं आणि काल उमललेल्या गोष्टी कशा उमलल्या हेही आपल्याला कळत नाही.

कुणी वाटसरू झाडाखाली येतो आणि म्हणतो, 'झाडा, झाडा, गोष्ट दे...!'

झाड हसतं, वाऱ्यासोबत बोलतं...

माती, वारा आणि उजेड झाडाच्या कानात सांगतात काही आणि झाड वाटसरूच्या ओंजळीत गोष्ट ठेवतं... आंबट, गोड क्वचित खारटदेखील...

कधी फणसासारखी...

कधी आंब्यासारखी...

कधी तुरट जांभळासारखी...!

गोष्ट खाऊन, वाचून, पचवून वाटसरू खूश होतो. गोष्टीतला उजेड चेहऱ्यावर पसरतो आणि मग झाडाला नवनव्या गोष्टी लगडू लागतात.

मुलांसाठी गोष्टी लिहिण्याची गोष्ट माझी थोडीशी अशीच आहे. खरं म्हणजे काही काळ मी 'पाखरांची शाळा'सारखे मुलांचे मासिकही चालवले. मुलांसाठी अधूनमधून लिहिलेदेखील. 'जग्गूभैय्या झिंदाबाद' त्यातूनच तर जन्मले; पण मुलांसाठी

सातत्याने लिहू म्हटले तरी कामाच्या धबडग्यात नियमित लिहून होत नसे. पण, झाडाला गोष्ट मागणाऱ्या वाटसरूसारखे कधी 'छात्रप्रबोधन'च्या शिल्पा कुलकर्णी, कधी 'किशोर'चे किरण केंद्रे, कधी आणखी कुणी गोष्ट मागत राहिले आणि मी माती-उजेड-वाऱ्याशी गप्पा मारत नवनव्या गोष्टी लिहित राहिलो. अशा काही गोष्टींचा संग्रह म्हणजे हे पुस्तक - *जादू की झप्पी.*

खरं सांगायचं म्हणजे, या पुस्तकातील सगळ्या गोष्टींच्या हातांनी मला तुम्हं मुलांना घट्ट मिठी मारायची आहे. म्हणून तर या पुस्तकाचे नाव - *जादू की झप्पी.*

या गोष्टी वाचून तुम्हांला काय मिळेल, मला माहीत नाही. पण माझ्या झाडाच्या फांदीवर तुम्हं मुलांची आनंदी किलबिल, सकाळचे कोवळे ऊन लेवून आलेला उत्साह वस्तीला येईल, हे मात्र नक्की...!

तुम्हं सर्वांना या गोष्टी आवडतील याची मला जाम खातरी आहे. काही जण म्हणतात, गोष्टी खोट्या असतात; पण ते खरं नाही. अशा अफवेला आपण फसू नये. गोष्टी खऱ्याच असतात फ्रेंड्स! हां... माझ्या रंगपेटीतील काही रंग लावले आहेत मी गोष्टींना अधूनमधून...! पण का? कारण, असं केलं की जुन्या गोष्टी नव्या होतात, नव्या गोष्टी रंगीत होतात, रंगीत गोष्टी गाऊ लागतात, आपल्याशी बोलू लागतात... खरीखुरी गोष्ट सांगू लागतात. या गोष्टी वाचताना तुम्हांला त्याचा अनुभव नक्कीच येईल.

या गोष्टी तुमच्यापर्यंत पोहोचवण्यासाठी 'सकाळ प्रकाशन'च्या दीपाली चौधरी यांनी कष्ट घेतले आहेत. या गोष्टींवरून त्यांनी मायेचा हात फिरवला आहे. रेश्मा बर्वे यांच्या चित्रमय ब्युटीपार्लरला व्हिजिट देऊन या गोष्टी अधिक सुंदर झाल्या आहेत.

अरे, मग वाट कशाची बघत आहात?

पाहा तर खरं, या पुस्तकाच्या पानापानांवर तुमच्याच गोष्टी तुमची कधीची वाट पाहत आहेत...

तो हो जाओ शुरू!

- प्रदीप आवटे

अनुक्रम

पूर्वप्रसिद्धी : छात्रप्रबोधन, दक्षता, पाखरांची शाळा

जादू की झप्पी!

जयभवानी चौकात ते दोघे उतरले. बस ट्रॅफिकमधून रस्ता काढत निघून गेली. समोरच बोर्ड चमकत होता...देशपांडे हॉस्पिटल.

''ते बघ समोरच तर आहे...!'' निकेश त्याचा खांदा हलवत म्हणाला.

''पाह्यलं रे, किती जोराने खांदा ओढशील? पाडशील-बिडशील मला...!''

रमेश खरं म्हणजे स्वप्नात हरवला होता. त्याला भविष्यातला भला थोरला बोर्ड दिसत होता – 'बनसोडे हॉस्पिटल'. खरंच आपणही एवढे मोठे डॉक्टर होऊ– देशपांडे काकांएवढे?

निकेशने त्याच्या मनातील विचार ओळखले की काय कोण जाणे, तो रमेशला चिडवत म्हणाला, ''एक दिवस तुझंही मोठं हॉस्पिटल असेल...! मग या गरीब मित्राला कोण विचारतो? आम्ही आपले पेशंटच्या रांगेत बसलेलो असू, आमचा नंबर यायची वाट बघत.''

रमेशला आतून गोड गुदगुल्या झाल्या. पण तो लटकेच म्हणाला, ''गप रे निक्या, उगी खेचू नको माझी...!''

रमेश मूळचा सोलापूर जिल्ह्यातील दगड-धानोऱ्याचा. वडील शेतकरी. गावाकडे दोन-चार एकर जिराईत जमीन. रमेशचे आईवडील शेतात भरपूर राबायचे. पण जिराईत शेती पावसाच्या भरवशावर. किती केले तरी तारांबळ आपली कायमचीच.

रमेशला अभ्यासात छान गती होती. डॉक्टर व्हायचे, असे त्याच्या मनाने नकळत्या वयापासून घेतले होते. आबांची म्हणजे त्याच्या वडिलांचीही हीच इच्छा होती. आबांनी पोटाला चिमटा घेऊन रमेशला सातवीपासूनच पुण्यात शिकायला ठेवले होते. या विद्येच्या माहेरघरात पोरगं कायतरी नाव काढेल अशी आशा सगळ्यांनाच होती.

देशपांडे डॉक्टर मूळचे सोलापूरचे. आबांच्या ओळखीचे. पाच-सात वर्षांपूर्वी ज्ञानदेव जरांडेच्या बैलाने आबाला चांगलेच मारले होते. लहान आतड्याला इजा झालेली, तेव्हा डॉ. देशपांडेनीच त्यांना वाचवले होते. तेव्हापासून आबा डॉक्टरांच्या प्रेमातच होते. डॉक्टरचा विषय निघाला की आबांचे ठरलेले वाक्य असे, 'डॉक्टर असावा तर देशपांडे डॉक्टरसारखा...!' आजही त्यांचे अधूनमधून डॉक्टरांना फोन चालू असतात. सहज आठवण आली म्हणून आजच्या काळात कोण कुणाला फोन करणार? हुरड्याच्या हंगामातही डॉक्टरांची शेतावरली टूर कधी चुकली नाही.

परवा फोनवर बोलताना आबा डॉक्टरांना म्हणाले, ''पोरगा तुमच्यावानी डॉक्टर व्हयाचं म्हनतोय. कसं जमतंय ठाव नाय?''

''अरे वा, न जमायला काय झालं? रमेश इथं पुण्यातच असतो तर त्याला एकदा पाठवा माझ्याकडं... गप्पा मारायला.''

''डॉक्टर, अगदी माझ्या मनातलं बोललात तुम्ही. अहो, मला तेच वाटत हुतं. त्याला तुमचा गायडन्स पायजेल इक वेळ...! डॉक्टर होनं म्हंजी काय तोंडचा घास नाय. कशी तयारी करावी, अभ्यास कसा करावा. एकदा सांगा त्याला.''

''दशरथराव, अहो, ही नवीन पिढी खूप स्मार्ट आहे. आपल्याही पुढे चार कोस. नका काळजी करू. गायडन्स कसलं घेऊन बसलाय? पाठवा असंच...मला मजा येते या नव्या पिढीच्या पोरांशी गप्पा मारायला...!''

आणि म्हणून रमेश आणि त्याचा मित्र निकेश डॉक्टर देशपांड्यांना भेटायला आले होते. एवढ्या मोठ्या डॉक्टरांना भेटायचं म्हणजे रमेश जाम नर्व्हस होता.

दोघे हॉस्पिटलच्या गेटजवळ पोहोचले. बाहेर डॉक्टरांची नवी कोरी अलिशान कार उभी होती. त्या कारवरून हलकेच हात फिरवायचा मोह रमेशला आवरला नाही. त्याने कारच्या मिररमध्ये पाहिले आणि हलकेच आपला चेहरा न्याहाळला. केस नीट केले. लेकिन मन ही मन में लड्डू फुट रहे थे. डॉक्टरांची कार पाहताना ती आपलीच

कार आहे असे रमेशला वाटत होते. 'आपण डॉक्टर झाल्यावर चिकार पैसा कमवू आणि मग ही काय हिच्यापेक्षाही भारी कार घेऊ.' रमेश जागेपणी स्वप्न पाहत होता.

''अरे बच्चे लोग, काय करताय तिथं कारजवळ?'' कोणाचा तरी मृदू आवाज आला आणि रमेश एकदम भानावर आला. त्याने समोर पाहिले तर हॉस्पिटलच्या दारात एक गृहस्थ उभे होते. उंच, काळ्या केसांत मधूनच दिसणारी रूपेरी झाक, रुंद कपाळ, पांढरा शर्ट, काळी पँट आणि चेहऱ्यावर प्रसन्न हसू. रमेश त्यांच्याकडे पाहतच राहिला. त्याला काय बोलावे ते सुचेना. तो आणि निकेश तसेच उभे राहिले.

''अरे, कोणा पेशंटला भेटायला आलात का? काय हवंय तुम्हांला?'' त्यांनी परत विचारले.

''आबांनी पाठवलंय,'' रमेशला काय बोलावे ते सुचलेच नाही.

''कोण आबा?''

''आबा.. म्हंजी माझे वडील... दशरथ भीमा बनसोडे.''

''अरे, दशरथ बनसोडेंचा मुलगा तू...! ये, ये आत ये...! अरे, किती लाजतोयस?'' आता हे गृहस्थ म्हणजेच डॉ. देशपांडे हे रमेश आणि निकेशनी ओळखले. ते दोघेही डॉक्टरांपाठोपाठ आत गेले.

''अगदी योग्य वेळी आलात तुम्ही दोघं. आताच थिएटरमधून बाहेर आलो मी.''

''थिएटर?'' निकेश चमकून म्हणाला. तसे डॉक्टर लहान मुलासारखे खळखळून हसले.

''भले शाब्बास, माझीच फिरकी घेता होय रे...! अरे, थिएटर म्हणजे आमचं ऑपरेशन थिएटर बाबांनो...! तुम्हां पोरांचं लाडकं सिनेमा थिएटर नव्हे.''

डॉक्टरांपाठोपाठ दोघे जण त्यांच्या कन्सल्टींग रुममध्ये गेले.

''हं बसा...!'' डॉक्टरांनी हसत-हसत त्यांना बसण्याची खूण केली आणि स्वतःही त्यांच्या रिव्हॉल्विंग चेअरमध्ये विसावले. निकेशचा आणि रमेशचा परिचय करून घेतल्यावर त्यांनी सर्वांसाठी सॅण्डविच आणि कॉफीची ऑर्डर दिली.

''तर मग रमेश, तुला डॉक्टर व्हायचं आहे...''

''अगदी... दुसरा कुठला विचारच नाही मनात...!''

''खूपच छान...! पॅशिनेटली करावं असंच प्रोफेशन आहे हे!''

रमेश नुसताच ऐकत राहिला. डॉक्टर पुढे बोलले, 'पण तुला डॉक्टर का व्हावंसं

वाटतं, याचा कधी विचार केलायंस?''

रमेशला काय बोलावे ते सुचेना. पण मग धाडस करून बोलला, ''मला खूप मोठं व्हायचंय, तुमच्यासारखं!''

''पण मोठं म्हणजे काय रे?'' डॉक्टरांनी गुगली टाकला.

''मोठं म्हणजे...?'' त्याला काही समजेना, काय बोलावं! म्हणजे कसं सांगावं? मग तो अडखळतच बोलला, ''मोठं म्हणजे असं तुमच्यासारखं?''

''मी कसा काय मोठा बुवा?'' कुणाच्याही मनाच्या गुहेत शिरायला डॉक्टरांना सहज जमायचं. मला काय शिंगबिंग फुटलं की काय रे?'' असं म्हणत डॉक्टरांनी स्वतःच्या डोक्यावरून हात फिरवला, ''सालं, आरशात बघायलाही होत नाही रे आजकाल...!''

डॉक्टर आपली खेचताहेत, हे लक्षात यायला फार वेळ लागला नाही रमेशला.

मग स्वतःला सावरत तो म्हणाला, ''नाही नाही... मला पण तुमच्यासारखं खूप श्रीमंत व्हायचंय. भरपूर पैसा कमवायचाय. मस्त गाडी, मोठं हॉस्पिटल, घर सर्व काही...!''

''अरे, मग डॉक्टरच का होतोस? एखादा छान चालणारा धंदा टाकलास तरी तुझ्या या इच्छा पूर्ण होतील, निश्चित!'' डॉक्टरांच्या आवाजातील निराशा लपत नव्हती.

''पण डॉक्टरला जो मान मिळतो तो इतर धंद्यात कुठे मिळतो?'' रमेश त्याच्याही नकळत बोलून गेला.

''व्वा फारच छान! म्हणजे पैसाही हवा आणि मानही...!''

रमेश आणि निकेश पुतळ्यासारखे शांत झाले. डॉक्टरांना आपले बोलणे आवडलेले नाही, हे रमेशच्या लक्षात आले होते. पण तो त्याच्या मनातले बोलला होता.

''मी मेडीकलला आलो तेव्हा गावातले लोक माझ्या वडिलांना म्हणायचे, 'आता काय गुरुजी, पोरगा डॉक्टर होणार म्हणजे पैसाच पैसा!' मी लहान होतो मला वाटे, 'डॉक्टर म्हणजे पैसाच पैसा' हे कसे काय? मला वाटे, डॉक्टर असा रस्त्याने चालला की लोक त्याच्यावर पैशांचा वर्षाव करतात की काय?'' असं म्हणत डॉक्टर हसले.

दोन्ही पोरं डॉक्टर आता पुढे काय बोलणार म्हणून उत्सुकतेने कान टवकारून

बसली होती. तेवढ्यात डॉक्टरांच्या हॉस्पिटलमधील एक नर्स आत आल्या.

"सर, आपला आजचा श्रद्धांजलीचा कार्यक्रम दुपारी चार वाजता निश्चित केलाय. डॉ. हिंगमिरेंशी बोलले मी, त्यांनाही हीच वेळ सूट होतेय म्हणाले.''

"हूं... दीपकजवळ डॉक्टरांचा एक फोटो दिलाय मी एनलार्ज करायला. तो फक्त वेळेत येईल एवढं पाहा.''

हुंकार भरत सिस्टर निघून गेल्या.

"डॉक्टरकाका, कसला कार्यक्रम आहे? कुणाला श्रद्धांजली?'' रमेशला त्याची जिज्ञासा कधीच गप्प बसू देत नसे.

"इबोला हे नाव ऐकलं आहेस?''

"हो... म्हणजे थोडंफार ऐकलंय. सध्या पेपरमध्ये, टीव्हीवर सारखं त्याबद्दल काही ना काही सुरू असतं...!'' रमेश बोलला.

"हो. सध्या आफ्रिकेतल्या काही देशांत या रोगाची मोठी साथ सुरू आहे म्हणे. हजारो लोकांचा मृत्यू झाला आहे'' निकेशनेसुद्धा आपले सामान्यज्ञान पाजळले.

"गुड... चला, म्हणजे तुम्ही पोरं पेपरबिपरपण वाचता तर...!'' डॉक्टरांनी पोरांना हलकेच टपली मारली आणि बोलू लागले, "इबोला हा एक विषाणूजन्य आजार आहे. आपल्याला माहीत असलेल्या विषाणूंमध्ये हा सर्वांत जास्त घातक विषाणू आहे. निकेश म्हणाला ते एकदम बरोबर आहे सध्या पश्चिम आफ्रिका खंडात या रोगाची मोठी लागण झाली आहे. नायजेरिया, लायबेरिया, सिएरा लिओन, गिनी या देशात जवळपास दोन हजार माणसं मृत्युमुखी पडली आहेत. या आजारात मृत्यूचे प्रमाण ५० ते ९० टक्के एवढे प्रचंड आहे.''

"बापरे, म्हणजे प्रत्येक दहा रुग्णांपैकी पाच ते नऊ रुग्ण दगावतात. पण हा महाभयंकर आजार पसरतो तरी कसा? आणि त्याच्यावर काही औषध असेलच ना...!'' रमेश एकदम घाबरून बोलला.

"नो औषध, नो व्हॅक्सीन...! हा आजार रुग्णाच्या रक्तावाटे आणि शरीरद्रव्यावाटे पसरतो.''

"म्हणजे या रुग्णांवर उपचार करणाऱ्या डॉक्टर, नर्स यांना या आजाराचा धोका असणार.'' निकेशने नेमका मुद्दा मांडला.

"अगदी बरोबर. अरे, म्हणून तर नायजेरियात काम करणाऱ्या आपल्या काही

डॉक्टरांनी तेथून चक्क पळ काढला.'' डॉक्टरांनी माहिती पुरवली.

निकेश मोठ्याने हसला.

''त्यात हसण्यासारखं काय आहे, निकेश? डॉक्टरही माणूस आहे. त्यालाही आपल्या जिवाची भीती वाटणारच की!'' रमेश जराशा रागानेच बोलला.

''अरे, मागे एकदा सुरतला प्लेगची साथ आली होती ना, त्या वेळचा एक किस्सा सांगतात आमचे आप्पा. आपल्या गावातल्या सरकारी दवाखान्यात तेव्हा एक डॉक्टर होते म्हणे. त्यांच्याकडे काखेत गाठ आली म्हणून कोणी गेला तर त्याला ते दवाखान्याच्या दारातच उभा करायचे आणि कंपाऊंडरकडून त्याचा केसपेपर घेऊन त्याच्यावर औषध लिहून द्यायचे आणि त्या पेशंटला पिटाळायचे.'' असे सांगून निकेश पुन्हा हसू लागला.

''अरे, त्यात काय मग?'' रमेश म्हणाला. तसा निकेश तावातावात म्हणाला, ''अरे, सैन्यातला जवानच जर बंदुकीच्या गोळीच्या आवाजाला घाबरू लागला तर लढणार कसा? ज्याला आपल्या जिवाची भीती आहे, त्यानं कशाला डॉक्टर व्हावं?''

निकेश भांडणाच्या मूडमध्ये आल्याचे पाहून रमेश एकदम शांत झाला आणि म्हणाला, ''अरे, आपण काय बोलत बसलो आहोत? आज संध्याकाळी कसला कार्यक्रम आहे, याची चौकशी करता-करता आपण एकदम इबोलावर कसे काय घसरलो?''

''हो, आणि इबोलावरून बोलता-बोलता तुम्हां दोघांमध्ये अबोला व्हायची वेळ आली.'' डॉक्टरांनी पुन्हा अचूक टायमिंग साधले.

''हो, आम्ही जरा जास्तच रेस झालो. पण डॉक्टर आजचा कार्यक्रम कसला आहे?'' निकेशने विचारले.

''श्रद्धांजली कार्यक्रम आहे.''

''कुणाला?''

''डॉक्टर शेख उमर खान यांना.'' डॉक्टर एकदम गंभीर झाले.

''कुठले डॉक्टर आहेत हे? यांचं नाव कधी ऐकलं नाही. कधी आणि कसे गेले ते?'' रमेशने कुतूहलाने विचारले.

''सिएरा लिओन हा पश्चिम आफ्रिकेतला एक छोटासा देश. तिथल्या केनेमा

शहारातील सरकारी रुग्णालयात ते काम करायचे.'' डॉक्टर बोलत होते.

''पण मग त्यांना श्रद्धांजली इथे, इतक्या दूर?''

''तू म्हणालास ना रमेश, तुला खूप मोठा डॉक्टर व्हायचंय. डॉ. शेख खरोखरच एक मोठे डॉक्टर होते.''

''असं काय केलं होतं त्यांनी?'' रमेश कोड्यातच पडला.

''रमेश, डॉ. शेख उमर खान गेली दहा वर्षे इबोलावर उपचार करत होते. जवळपास शंभरहून अधिक इबोला रुग्णांवर त्यांनी उपचार केले होते. त्यातच त्यांना स्वतःलाही इबोलाचा संसर्ग झाला आणि त्यातच २९ जुलै २०१४ रोजी त्यांचा मृत्यू झाला. अवघ्या ३९ वर्षांच्या या डॉक्टरने इबोलाशी लढता-लढता आपला जीव कुर्बान केला.''

''त्यांना मरणाची भीती नव्हती वाटत?'' निकेश बोलला.

''मरणाची भीती कुणाला वाटत नाही, निकेश? आपल्या मरणापूर्वी दिलेल्या शेवटच्या मुलाखतीत ते म्हणाले होते, 'माझं माझ्या जगण्यावर खूप प्रेम आहे. मला माझ्या जीवनाचं खूप अप्रूप वाटतं म्हणून तर इबोला रुग्णांवर उपचार करताना तो संसर्ग मला होऊ नये म्हणून मी सर्वतोपरी काळजी घेतो. पण इबोला रुग्णांवर उपचार करण्यातला आनंद माझ्या जीवनातला सगळ्यात मोठा आनंद आहे.' इबोलावरील उपचार एक पॅशन होती त्यांची.'' डॉक्टरांच्या डोळ्यांच्या कडा ओलावल्या होत्या.

''तुम्हाला माहीत आहे, विषाणूविज्ञान विषयातील ते खूप मोठे तज्ज्ञ होते. त्यांना अनेक युरोपीय देशांमधील विद्यापीठातून बोलावणे होते. पण त्यांनी विनम्र नकार दिला. त्यांचा भाऊ, इतर कुटुंबीय सारे त्यांना इबोलासंदर्भातील काम सोडण्यासाठी विनंती करत होते. पण ते अजिबात तयार झाले नाहीत. कारण तेच त्यांचे जीवितकार्य होते.''

''सिंपली ग्रेट....!''

''अरे, इबोला हा असा जीवघेणा आजार असल्याने त्यातून बरा होऊन घरी परतणाऱ्या रुग्णालादेखील त्याचे नातेवाईक आणि मित्र नीट वागवत नाहीत.''

''एड्स रुग्णासारखीच अवस्था...!'' रमेश बोलला.

''इबोला रुग्णांना मिळणारी ही अस्पृश्यतेची वागणूक संपावी म्हणून डॉ. शेख उमर खान त्यांच्या रुग्णालयातून बरा होऊन घरी परतणाऱ्या इबोला रुग्णाला त्याच्या

सर्व नातेवाइकांसमोर चक्क 'जादू की झप्पी' देऊन निरोप द्यायचे. त्यांच्या प्रेमळ मिठीने मृत्यूला शिवून आलेला रुग्ण नवचैतन्याने भारून जायचा.'' डॉक्टरांचा आवाज कातर झाला होता.

'पण त्यांना स्वतःलाच इबोला व्हायला नको होता. आणि जरी झाला तरी ते त्यातून वाचायला हवे होते.'' रमेशच्या डोळ्यांतून पाणी वाहत होते.

'रमेश, प्रत्येकाला तेच तर वाटत होतं. अरे, सिएरा लिओनच्या आरोग्यमंत्री म्हणाल्या, 'आज आम्ही आमचा नॅशनल 'हिरो' गमावला. आपल्या अवघ्या एकोणचाळीस वर्षांच्या आयुष्यात किती मोठा धडा शिकवून गेला हा माणूस.' डॉक्टरच्या मोठेपणाचा थर्मामीटरच वेगळा असतो रे! तो भल्याभल्यांना वाचता येत नाही. साक्षात मृत्यूलाही जादू की झप्पी मारणं सोपं नसतं, मित्रा!''

निकेश आणि रमेशला काय बोलावे तेच कळत नव्हते.

''नाही पोरांनो, डॉ. शेख उमर खान यांचं बलिदान वाया नाही जाणार. प्रत्येक डॉक्टर हा मानवजातीचं दुःख आणि वेदन यांचा निचरा करण्यासाठी घराबाहेर पडलेला गौतम बुद्ध असतो. ज्ञान, कौशल्य सारं काही लागतं डॉक्टरला. पण साऱ्याहून महत्त्वाचं म्हणजे त्याला माणसाचं हृदय लागतं, नवजात लेकराच्या आईसारखं! त्यांच्या जगण्याने आणि जाण्याने हीच गोष्ट आपल्याला पुन्हा एकदा सांगितली आहे.''

तेवढ्यात डॉ. शेख उमर खान यांचा एनलार्ज केलेला फोटो घेऊन दीपक आत आला. डॉ. देशपांड्यांनी तो फोटो आपल्या हातात घेतला आणि त्या प्रसन्न, हसऱ्या छायाचित्रावर हात फिरवत ते स्वतःशीच पुटपुटले, ''डॉक्टर असा असतो राजा, डॉक्टर असा असतो...!''

त्या तिघांच्या डोळ्यांतून ओघळणाऱ्या आसवांच्या माळा डॉ. शेख उमर खान यांना भावओली श्रद्धांजली वाहत होत्या.

खरी लक्ष्मी

शाळेची घंटा पडली आन् रेवन्या दप्तर सायकलला अडकवून रमतगमत घराकडं निघाला. खरं तर रेवन्याचं नाव त्याच्या आजीनं मोठ्या कोडकौतुकानं रेवणनाथ ठेवलेलं! वंजारवाडीच्या रेवणनाथावर आजीची लई श्रद्धा. पण गावातली आन् शाळंतली सारी पोरं रेवणनाथला रेवन्याच म्हणायची. रेवन्यालाही त्याचं काही वाटायचं नाही. तसं बघाया गेलं तर शाळंतल्या प्रत्येक पोराच्या नावाची हीच गत झाली हुती. गोकुळचं 'गोकळ्या' प्रशांतचं 'परश्या', प्रमोदचं 'पम्या'! सगळ्या पोरांना दोस्तकंपनीनी दिलेली (ठेवलेली) नावंच फर्मास वाटायची. वीटच्या छत्रपती शिवाजी विद्यालयात रेवन्या नववीत शिकत होता. गाव तसं बारकुसं. शाळा मातर नामी हुती. सर लोक लई मनापासून शिकवायचे. आज पावसामुळं चिखल झालेल्या वावरातनं सायकल चालवता-चालवता रेवन्याला शाळेतली गंमत आठवत हुती. तो मनाशीच हसत हुता.

गेल्या आठवड्यात एक वाईट घटना घडली हुती. वंजारवाडीच्या रेवणनाथ मंदिरातील संतपुरुष मारुतीबुवा गुरवांचे दुःखद निधन मागल्या मंगळवारी झाले. मारुतीबुवा पंचक्रोशीत आण्णा म्हाराज म्हणून प्रसिद्ध हुते. सगळ्या लोकांची त्यांच्यावर अपार श्रद्धा. अखंड हरिनाम सप्ताहासारख्या धार्मिक कार्यक्रमाबरोबरच बाकीच्या सामाजिक कामातसुद्धा मारुतीबुवा पुढे असत. गावागावांत दारुबंदी,

हुंडाबंदी एवढंच काय, लोकसंख्या नियंत्रणासाठी नसबंदी अशा सगळ्या कार्यक्रमात मारुतीबुवा आघाडीवर असायचे. त्यामुळं आजूबाजूच्या गावातच नव्हे, तर अखख्या तालुक्यात मारुतीबुवांचं नाव लोक आदराने घ्यायचे. म्हणून तर आज झालेल्या पंचायत समिती स्तरावरील शालेय वक्तृत्व स्पर्धेचा एक विषय होता– 'मारुतीबुवांचे समाजकार्य'. या स्पर्धेकरिता मारकड सरांनी रेवन्याची निवड केली हुती. रेवन्या बोलायचा पोपटावानी; पन त्याला 'वक्तृत्व' हा शब्द आवडायचा नाय. हा शब्द बोलताना त्याची जीभ एवढ्या कसरती करायची, की कसलेला डोंबारीसुद्धा लाजला पायजे. पण एवढं करून 'वक्तृत्व'च्या तारेवरून गडी घसरायचा त्यो घसरायचाच. ''एवढे अवघड शब्द कोण कोंबतो हो मराठी भाषेत?'' रेवन्या एकदा पोटतिडकीने मारकड सरांना म्हणाला. सर त्यावर हसले आणि म्हणाले, ''अरे रेवण, थोडा सराव कर. आपसुक जमेल तुला. काही अवघड नाही त्यात, रेवण. '' मारकड सरांच्या मधाळ आणि प्रेमळ आवाजातील हा शब्द रेवन्याला फार आवडायचा. ते त्याला 'रेवण' म्हणाले की त्याला कानावरून मोरपीस फिरल्यासारखं वाटायचं.

मारकड सरांनी रेवन्याला मारुतीबुवांवरील भाषण लिहून दिलं. रेवन्यांं ते पाठ बी केलं. मागचे चार दिवस त्यो ते भाषणच बोलत हुता, भाषणच खात हुता आन् भाषणच पित हुता. हिरीच्या खालच्या तुकड्यात लिंबाचं मोठं झाड हुतं. तिथं उभा राहून रेवन्या पाठ केलेलं भाषण खाडखाड म्हणून दावायचा. जवळच दावणीला बांधलेलं दोन्ही बैल आपलं भाषण ऐकून मुंडी हलवताहेत आन् टाळ्यासारखी त्यांच्या गळ्यातली घंटी वाजतेय, असं त्याला सारखं वाटायचं. मग तो स्वतःवरच खूश व्हायचा. आई सारखी कावत राह्यची. पोराला येडंबीड तर नाय ना लागलं... बघंल तवा सोताशीच काय बडबडतया....

आबा तिला समजावून सांगायचे, ''अगं, त्येला साळंत भाषन करायचं हाय...''

असं हे सात मिनिटांचं भाषण; पण पाठ करताना रेवन्याचा घाम काढला त्यानं. पण त्याचा मारुतीबुवाबद्दलचा आदर मात्र लई वाढला. 'मुलगा आन् मुलगीत भेद केला नाय पायजेल. हुंडा ही समाजाला लागलेली कीड हाय. हुंडाबंदी झालीच पायजे,' हे त्यांचे विचार रेवन्याला एकदम पटले. एक डाव तर त्यो आबाला म्हणला पण, ''आबा, मी माझ्या लगनात हुंडा अजाबात घेनार नाय. ''

आबा पांढऱ्या मिशीत गोड हसले, म्हणाले, 'रेवणनाथा, आरं कोन उद्याच तुज

लगीन कराया चाललंय? आधी साळा शिक बक्कळ...! आरं, मला चिंता पडलीया तुझ्या आक्कीच्या लगनाची. दोन दिसांनी तिला बगाया पावनं येनार हायती. त्येन्नी हुंडा मागू नी म्हंजी देव पावला...!''

''तसं कसं? त्यांनी मागितला तरी आपण इरोध करायचा. '' रेवन्या संतापून म्हणाला.

''आरं, तू नकू डोक्यात राख घालून घिवू... बघू परवाचं परवा...!

मारुतीबुवांवरच्या भाषणानं रेवन्या असा आरपार बदलून गेला हुता. आज त्याच्याच शाळेत ती स्पर्धा पार पडली. तालुक्यातल्या धा-पंधरा शाळेतली पोरंपोरी भाषण करायसाठी आली हुती. शाळेचं सभागृह खचाखच भरलेलं. रेवन्याची भाषण स्पर्धेत (रेवन्या 'वक्तृत्व स्पर्धेत' असं म्हणायचाच नाय) बोलायची पैलीच येळ. तिसऱ्याच नंबरला परीक्षकांनी रेवन्याचं नाव पुकारलं. रेवन्या जराही न घाबरता पुढं गेला.

थोर महात्मे होऊनी गेले

चरित्र त्यांचे पाहा जरा

आपण त्यांच्या समान व्हावे

हाच सापडे बोध खरा

ही पैलीच ओळ त्याने खणखणीत आवाजात म्हटली आन् अनेकांनी टाळ्या वाजवल्या. मारुतीबुवांचं धार्मिक कार्य, सामाजिक कार्य याबद्दल तो पावसाळ्यात गावाकाठचा मेव्ह्याचा ओढा वाहावा तसा बोलत राह्यला. मारुतीबुवांच्या हुंडाबंदीच्या कार्याबद्दल बोलला अन् काय झालं कुणाला ठावं... एकदमच लाईट जावी तसं त्याला झालं. म्होरंच कायबी आठवंना. भाषण तर निम्मच झालेलं. पण मग एकदम रेवन्याला कसं सुचलं कोण जाणे. तो म्हणाला, ''मित्र-मैत्रिणींनो मला वाटतं आपण सगळ्यांनी दोन मिन्टं शांत उभा राहून मारुतीबुवांना श्रद्धांजली वाहिली पायजे. आमच्या गुरुजनांनी आन् परीक्षकांनी पण दोन मिन्टं शांत उभे राहावे, अशी मी इनंती करतो.''

सगळे डोळे मिटून शांत उभे राह्यले. तेवढ्यात रेवन्याने खिशातला भाषणाचा कागद हळूच काढून भाषणाचे पुढले मुद्दे बघून घेतले आणि श्रद्धांजली आटपून उरलेले भाषण पूर्ण केले. मोरवड शाळेचे चांदणे सर स्पर्धेचे परीक्षक होते. त्यांनी मात्र

रेवन्याची ही चतुराई हळकेच पाहिली. शाळा सुटायच्या टायमाला स्पर्धेचा निकाल लागला. रेवन्याला उत्तेजनार्थ पुरस्कार मिळाला. बक्षीस वितरणाच्या कार्यक्रमात चांदणे सरांनी रेवन्याची चतुराई सगळ्यांना सांगितली, ''म्हटलं तर रेवणनाथची ही लबाडी आहे, हे नक्की.'' रेवन्याचा चेहरा एकदम पडला. किती मोठी चूक केली आपण...! त्यापेक्षा सरळ आठवत नाही म्हणून खाली बसलो असतो तर बरे...! पण चांदणे सर पुढे म्हणाले, ''पण तरीही मला रेवणनाथचं कौतुक वाटतं. कौतुक वाटतं त्याने जे प्रसंगावधान दाखवलं त्याचं!'' आणि सारे सभागृह खळखळून हसू लागले. ''त्याला जे उत्तेजनार्थ पारितोषिक देण्यात आलं आहे, ते त्याच्या प्रसंगावधानाबद्दल आहे.'' आणि सभागृहात टाळ्यांचा कडकडाट झाला.

सायकल चालवता-चालवताच रेवन्याला सारं आठवलं आणि त्याला खळकन हसू फुटलं. तो स्वतःशीच खळखळून हसला. सायकल चालवता-चालवताच त्याने एक हात दप्तरातील छोट्याशा ट्रॉफीवरून फिरवला. त्याने ठरवले, घरी गेल्या-गेल्या हळूच हे बक्षीस आबांना दावायचं. मग आबा मिशीतल्या मिशीत गोड हसतील अन् आई परवाच्या बाजारातून आणलेल्या रेवड्या माझ्या हातावर ठेवेल. पावसाचे थेंब पडल्यानंतर अंग थरथरणाऱ्या वकिल्या बैलासारखं त्याला वाटलं.

तो घरी पोचला तर समदंच येगळं! कडुसं पडलं हुतं, घरात अंधार हुता. नेहमीप्रमाणं लाईट बेपत्ता हुती. घराबाहेर दोन नवीन चपला दिसत हुत्या आन् आईआबा जरा काळजीत दिसत हुते. रेवन्याच्या थोरल्या बहिणीला जे पावणे बघाया आले हुते, त्या मुलाचे वडील लगीन जमवायची बोलणी कराया आले हुते. गावातल्या चार-दोन जाणत्या मंडळींना बोलवून नुकतीच बैठक झाली व्हती; पण बोलणी फिसकटली हुती. मुलाचे वडील अव्वा की सव्वा हुंडा मागत हुते. मुलाकडली अजून काही मंडळी बोलवून उद्या सकाळी पुन्हा बसू, असं म्हणून बैठक उठली हुती. मुलाचे वडील मात्र इथंच थांबले हुते. ते शेजारच्या खोलीत आराम करत हुते.

''आबा, मी तुमास्नी परवाच बोललोय. हुंडा नाय म्हंजी नाय. अजाबात नाय.'' रेवन्या पावन्याला ऐकू जाणार नाय अशा बेताने आबाला बोलला.

'रेवणनाथा, तू लहान हायेस अजून. तू नकूस ध्यान दिऊ येच्यामंदी. निस्तारू आमचं आम्ही कसंतरी!''

रेवन्या मनातल्या मनात चुलीतल्या इस्तवासारखा धुसफुसला आन् गपगुमान

बसून राह्यला. रातची जेवणं झाली; पण लाईटचा पत्ता नव्हता. काय तरी बोलायचं म्हणून जेवताना आबा पावन्याशी हवापाण्याच्या गप्पा करत राह्यले. परसाकडं एक छोटीशी खोली हुती. इतर येळंला ती बंद राह्यची. कुणी पाहुणाराऊळा आला गेला की साफसूफ करून बाज टाकून त्याच्या झोपण्याची व्यवस्था तिथं केली जायची. आजही मुलाच्या वडिलांची झोपण्याची व्यवस्था त्याच खोलीत केली हुती. आईनं एक चिमणी लावून दिली हुती. पावणा तिकडं झोपाया गेल्यावर आईचा राग मोटारनं हिरीतलं पाणी उपसावं तसा सुरू झाला.

''इतका हावरा मानूस नाय गं बघितला बाई! पोराला पोर पसंत हाय. नक्षत्रावानी लेक माझी. चांगली मॅट्रीक पास. कामाला सुगरण; पर ह्येला पैका पायजे, खरीखुरी लक्ष्मी नकू. नोटापुढं ह्येला पोरापोरींच्या हिताची बी चिंता नाय.''

आबांनी आईला कसंबसं गप बसवलं. शेजारच्या खोलीत आक्का उशीत डोकं खुपसून रडत हुती. आबा कातावल्यासारखं झालं हुतं. रेवन्या हाथरूनात तळमळत पडला हुता. रात्री कधीतरी समद्यांचाच डोळा लागला.

आन् रातच्याला एकदम कुणाच्यातरी वरडण्यानं समद्यास्नी जाग आली. परसाकडच्या खोलीतनं पावना आबांना जोरजोरानं आवाज देत हुता.

''किसनराव, वाचवा, वाचवा...!''

त्या आवाजानं रेवन्या, आबा पावन्याच्या खोलीकडे धावले. आबांनी हातात पौर्णिमा टॉर्च घेतला हुता. पावन्याच्या खोलीतली चिमणी विझली हुती. घाबऱ्याघुबऱ्या, घामानं डबडबलेला पावना खोलीतून बाहेर पळत येत हुता. पळता-पळता मोरीच्या साचलेल्या पाण्यात पावन्याचा पाय घसरला आणि पावना चिखलात पडला. चिखलानं समदं धोतर बरबटलं. पावना कसाबसा उठून उभा राह्यला.

''पावनं, काय झालं?'' आबांनी इचारलं.

पावन्याच्या तोंडातून शब्द फुटत नव्हता. पावना फकस्त त्या खोलीकडं बोट करत हुता.

''पावनं, घाबरू नका. काय झालं त्ये बैजवार सांगाल का नाय?''

सगळ्यांना बघून पावन्याचा धीर एकवटला.

''अवो, किसनराव, त्या खोलीत हडळ हाय, भुताटकी हाय.''

''पावनं, कायतरीच काय? तुमास्नी भास झाला असंल!''

''देवाच्यान! एकसारखा बाईच्या काकणाचा आवाज येतूया त्या खोलीत.''
पावन्याचा चेहरा भीतीनं पांढराफटक पडला हुता.

रेवन्यानं आबाच्या हातातला पौर्णिमा टॉर्च घेतला आन् तो त्या खोलीत शिरला. पाठोपाठ आई, आबा आन् पावना बी आले. रेवन्यानं टॉर्च सगळ्या खोलीत फिरवला. कुठेच काही दिसत नव्हतं. तेवढ्यात बांगड्या किणकिणल्याचा आवाज आला. आणि पावना जोरात किंचाळला, ''मी म्हणलं ना, या खोलीत हडळ हाय.'' तेवढ्यात पुन्हा तोच आवाज. सगळेच चमकले.

रेवन्यानं आवाजाचा अदमास घेतला. खोलीत एका बाजूला एक फडताळ हुतं. आवाज त्या फडताळाकडून येत हुता. फडताळावर आईनं आबांचं जुन धोतर टाकलं हुतं. रेवन्यानं हलकेच ते धोतर बाजूला केलं आणि एका मोठा उंदीर उडी मारून पळून गेला. त्या फडताळावर लक्ष्मीचे कापडी हात ठेवले हुते. गणपतीच्या दिवसात लक्ष्मी— गणपतीची बहीण माहेरी येते. घरोघरी लक्ष्म्या उभ्या केल्या जातात. त्या मूर्तीचे ते कापडी हात, त्या हातात बांगड्या भरलेल्या. हात कापडी असल्याने उंदीरमामा ते कुरतडत हुते आन् बांगड्या किणकिणल्याचा आवाज त्या अंधाऱ्या

खोलीत येत हुता. पावन्याच्या जिवात जीव आला.

"किसनराव, मरणाचं भ्या वाटलं मला. मला वाटलं, हडळच आली घरात...!"

"पावनं, ही हडळ नाय. ह्ये गौराईचं हात हायती. लक्ष्मीचे हात हायेत हे. बांगड्या वाजवून ती तुमास्नी सांगायला आलती, खरी लक्ष्मी माणसांच्या हातात असती, नोटांच्या पुडक्यात न्हवं!" रेवन्या मन पिळवटून बोलला.

"माझं चुकलंच खरं!" पावणा स्वतःशीच पुटपुटला आन् आईआबांनी खोलीत टांगलेल्या मारुतबुवांच्या तसबिरीला मनोभावे हात जोडले.

एका डायरीची हिरवीकंच पाने

दि. २१ मार्च २०१३

वॉव...! संपली एकदाची टेन्थची एक्झाम...! आज मी टोटली टेन्शन फ्री...!

माय गॉड, किती बिझी शेड्यूल झालं होतं माझं, गेलं वर्षभर...!

मॅथ्स-सायन्सचे क्लास, त्यात पुन्हा कथ्थकचा क्लास. म्हणजे दिवस नुसता तातात्थै, ताथैता...थैथैता करत निघून जायचा.

त्यात या वर्षी बोर्डाची परीक्षा म्हणजे डोक्याला शॉट...!

तरी बरं, आईबाबांनी अभ्यासाचा फार ताण दिला नाही म्हणून शेवटच्या महिन्यातील अभ्यासावर भागलं; नाहीतर त्या स्नेहलचं काय झालं? तिची आई जागायची तिच्यासोबत अभ्यास करत आणि पुन्हा पहाटे साडेचार वाजता उठवायची तिला!

इतनी ज्यागती?

पण गेला महिनाभर मी खूप मन लावून अभ्यास केला. बट वन थिंग आय शूड अॅडमिट, अभ्यास करण्यात मजा येते राव, एक वेगळीच झिंग येते. गेले महिनाभर मस्त एन्जॉय केला मी अभ्यास...!

❁

''का गं, तू आलीस आज? आई का नाही आली?'' सकाळी झोपेतून उठताना आईचा आवाज कानावर पडला. आई संगीताशी बोलत होती.

''आईला बरं नाय, ताप आलाय तिला. अंग बी लई ठणकतंय मनाली. मग मीच मनले, चार घर मी करत्ये. दुपारनं जरा बरं वाटलं की लागंल ती बी कामाला. कामाचं खाडं करून कसं चालंल? खाडं झालं की पुना पैसं कट व्हनार.'' संगीता डिटेलमध्ये सांगत होती. 'लई' बोलते ही संगीता...! टेन्थच्या पेपरला किती सप्लीमेंट लावल्या असतील हिने?

एकदम मला आठवलं, खरंच की, हीसुद्धा टेन्थलाच होती की...! कसे गेले असतील हिला पेपर्स...? विचारलंच नाही आपण...!

तिला कसे बोलावे, ते मला सुचलेच नाही.

ब्रश करत-करत मी गॅलरीत गेले. आईला झाडांची खूप आवड. गॅलरीत किती कुंड्या छान-छान रोपट्यांनी बहरल्या होत्या. मोगरा, गुलाब, एक वडाचे बोन्साय आणि कितीतरी! आई किती काळजी घेते या रोपट्यांची. एक टपोरा मोगरा गंध उधळत मला 'गुड मॉर्निंग' म्हणत होता.

रात्री आई पॉपशी बोलताना समजलं की, संगीताच्या वडिलांनी दारू पिऊन तिच्या आईला प्रचंड मारले होते. तिच्या कपाळाला खोक पडली होती. म्हणून ती तापाने फणफणली होती. ''या स्लम एरीयातल्या लोकांची नेहमीची थेरं!'' आईने बोलता-बोलता नाक मुरडले.

दि. ३० मार्च २०१३

दुरांतो एक्सप्रेस काय मस्त धावतेय...! बाबांनी (माय डिअर पॉप) मुद्दाम माझ्या एक्झामनंतर लिव्ह काढलीय. आम्ही सगळे 'चलो दिल्ली' तालात प्रवास करतो आहोत. सगळा एसी कंपार्टमेंट मस्त घोरतोय आणि मी माझ्या डोक्याजवळचा लॅम्प लावून डायरी लिहित्येय...! मला खूप मजा येते, ट्रेनने प्रवास करायला. पण या वेळी येताना आम्ही प्लेनने येणार आहोत. माय फर्स्ट एअर जर्नी...! वाव...! भन्नाट! 'लई' मज्जा येईल ना...!

☙

दि. २ एप्रिल २०१३

कुलू मनाली... बर्फाची चादर अंगभर ओढून बसलेले डोंगर आणि टीन एजर पोरीसारखी खळखळ आवाज करत नाचत-बागडत वाहणारी बियास...! मला माझ्या स्कूलमधल्या फ्रेंडसारखी वाटली बियास...! वाटत होते मस्त स्विमिंग करावे... पण स्विमिंगची मला जाम भीती वाटते. तरी पण सॉलीड मजा आली. मी त्या बर्फाळ डोंगरावरून मस्त स्केटींग केले. दादा आणि बाबांनी चिकार फोटो काढले. परतताना दादा लगेच सारे फोटो वॉट्स अपवर आणि फेसबुकवर अपलोड करत होता. त्याच्या फ्रेंड्सच्या लाईक्स धडाधड येत होत्या. मला खूप कसेतरी वाटले. मी फुरंगटून बसले, तसा पॉप मला म्हणाला, "पिलू, क्या हुई गवा?" पॉप मूडमध्ये असला की एकदम बॉलिवूडी हिंदी बोलतो. कॉमिक...!

मी म्हणाले, 'पॉप, मला पण अँड्रॉईड मोबाईल पायजे...!''

'ले लेंगे...''

''माझं टेन्थचं रेकॉर्ड मोडलं तर घेऊ...!'' इंजिनिअरींग करणाऱ्या या दादाला आपल्या टेन्थच्या रेकॉर्डचा फार गर्व...! सारखा त्या नाईन्टी श्री परसेंटचा अॅटीट्यूड दाखवत असतो.

माझा चेहरा आणखीनच पडला.

''नो कॉन्फीडन्स मोशन,'' दादा चेकाळला.

''नो नो, रेकॉर्ड ब्रेक वगैरे छोड दो. इफ यू गेट अबाव नाईन्टी, वी विल प्रेझेन्ट यू वन ब्युटीफूल अँड्रॉईड मोबाईल...!'' पॉपच्या प्रॉमिसने माझी कळी खुलली.

☙

दि. ७ जून २०१३

दॅट्स इट!

हिप हिप हुर्रें! नाईन्टी थ्री पॉइंट सिक्स! दाद्याचे रेकॉर्ड ब्रेक...! मला एकदम वर्ल्ड कप हातात घेतलेल्या महेंद्रसिंग धोनीची आठवण झाली.

आज मैं उपर, आसमां नीचे...!

आज मैं आगे, जमाना है पीछे!

माझ्या शाळेची राऊंड अबाऊट वीस हजाराची बक्षिसे मला मिळणार आणि शिवाय पॉपकडून अँड्रॉईड मोबाईल...! ये हुयी ना बात!

दुपारी भांडीवाल्या सीमामावशी कामावर आल्या तेव्हा आईने त्यांना माझा पेढा देता-देता विचारले, ''अगं, संगीताला किती मार्क पडले?''

''पंच्याऐंशी पडले की तिला!''

''चांगले पडले की!''

''कशाचं काय हो बाई, तिला धड नीट शाळेतसुद्धा जाता आलं नाही. अडलं नडलं की माजी पडंल ती कामं करायची. ती टिवशन का काय ती बी नाय...! राती जमंल तेव्हढा अभ्यास करायची.'' सीमामावशीनं उगीच पदरानं चेहरा पुसला आणि त्या कामाला लागल्या.

मला उगीचच माझ्या शायनिंग मार्कांची चमक थोडी कमी झाल्यासारखी वाटली. जरा घासून घ्यावेत का सीमामावशीकडून?

❧

दि. २५ जून २०१३

आज दुपारी डान्स क्लासवरून येताना रस्त्यात संगीता भेटली. हातात पुस्तकं घेऊन चालली होती. अजून एलेव्हन्थचे अॅडमिशनही झाले नव्हते तर ही कुठे चालली आहे पुस्तके घेऊन?

मी तिला विचारले तेव्हा समजले, या झोपडपट्टीतल्या सर्व मुलांनी मिळून तिथल्या टेन्थच्या मुलांकरिता अल्प दरात व्हेकेशन क्लास सुरू केला होता. तिच्या वयाची काही हुशार मुलंमुलीच शिकवायचं काम करणार होती.

मला अस्वस्थ वाटू लागलंय...!

आपणही काही केलं पाहिजे.

❀

दि. १५ जुलै २०१३

सगळे शांत झोपलेत. मला मात्र झोप येत नाहीये...! माझ्या खोलीत बसून मी डायरी लिहिते आहे. डायरी लिहायची ही सवय मला आजोबांमुळे लागली.

पण काय लिहावे आज? मनातून सीमामामावशीचे रडणे अजून जात नाही.

आज संध्याकाळी सीमामामावशी खास आईला भेटायला आली होती. संगीताला डिप्लोमा इंजिनिअरिंगला ॲडमिशन घेण्याचा निर्णय त्यांनी घेतला होता; पण तिला पैशाची गरज होती, जवळपास पंधरा-वीस हजारांची. ती आईकडे पैशांची मागणी करत होती. पण आई ढीम्म हलली नाही.

''बाई, माजं लेकरू आयुष्यभर दुवा दिल तुमास्नी आन् म्या काय बुडवनार नाय तुमचं पैसं! आयुष्यभर तुमच्या घरची धुनीभांडी करीन आन् तुमचा पैका ना पैका चुकवीन.''

''नाही गं बाई, मी कुठून आणू तुला द्यायला एवढे पैसे? मला नाही शक्य ते. तू दुसऱ्या कुणाकडे तरी माग. आईचा खूप राग आला आहे. काय हरकत आहे, संगीतासाठी पैसे द्यायला? मी आईला तसं म्हटलंदेखील; तर माझ्यावरच डाफरली, ''तू दे, आली मोठी कर्णाचा अवतार!''

'मी कुठून देणार?'

'ए... यस्स! देऊ शकते मी! माझा शाळेचा पंधरा हजारांचा चेक, अजून देवासामोर ठेवलाय

तो तसाच आहे आणि पॉपने अँड्रॉईड मोबाईलसाठी दिलेले पैसे. ठरलं...!'

ओ गॉड, आता शांत झोप येईल.

दि. १६ जुलै २०१३

''मी माझी बक्षिसाची आणि मोबाईलसाठी दिलेली रक्कम संगीताच्या डिप्लोमा अॅडमिशनसाठी देण्याचा निर्णय घेतला आहे.''

आई आणि पॉप एकदम अवाक!

दादा मात्र माझ्या मागे म्हणाला, ''ग्रेट...! आय अॅम प्राऊड ऑफ यू!''

कोण काय म्हणतंय हे ऐकायला मी थांबलेच नाही. डायरेक्ट संगीताच्या घरी गेले आणि तिला सारे सांगितल्यावर सीमामावशी चक्क रडू लागली. मला काय करावे तेच सुचेना.

घरी आले.

गॅलरीत आले तर नवीनच गंमत! कोपऱ्यात कुंडीतून सांडलेल्या मातीत पडलेली एक वाळलेली मोगऱ्याची काडी डेऱ्यातून गळणाऱ्या पाण्यामुळे चक्क रुजली होती आणि तिच्या टोकाला एक हिरवेकंच पान लगडले होते.

'चिमूटभर मातीत उजेड, वारा आणि पाणी मिसळले की काय जादू होते नाही!', मला कुठे तरी वाचलेले वाक्य आठवले आणि...

माझ्या डायरीची सारी पाने हिरवीकंच झाली.

क्षणभर मला माझ्या अंगाला हिरवेगर्द पान लगडल्याचा भास झाला.

❈

लढाई

गणिताचा तास चालू होता. बिडवे सर चक्रवाढ व्याज शिकवत होते. थोडा भाग शिकवून झाल्यावर सरांनी काही उदाहरणं सोडवण्यास दिली. पहिलेच उदाहरण उमीने सर्वात आधी सोडवले आणि सरांना दाखवले. परंतु गडबडीत एक चूक झाली. शेवटच्या पायरीत एक साधा गुणाकार चुकला आणि उदाहरण चुकले. बिडवे सर कुत्सितपणे हसले आणि म्हणाले, ''मुलींना डोकंच कमी! त्यांना गणित कुठून सुटणार? त्यांची अक्कल चुलीपुरती!''

यावर उमीला खूप राग आला. तिचा गोरापान चेहरा लालबुंद झाला. ''सर, माझं गणित चुकलं, म्हणून सर्व मुलींना 'ढ' म्हणायचं काही कारण नाही.'' त्यावर बिडवे सर फक्त मोठ्यानं हसले आणि त्यांच्या मागोमाग सर्व वर्ग खो-खो हसला. उमीला खूप अपमान झाल्यासारखं वाटलं. त्यानंतर सारी उदाहरणं तिनं बरोबर सोडवली; पण हाताला लागलेल्या एखाद्या दुर्गंधी वस्तूचा गंध वारंवार हात धुऊनही जाऊ नये, तसा तो अपमान तिच्या मनातून जाईना.

दुपारच्या सुट्टीत उमी आणि संध्या एका झाडाखाली जेवणासाठी बसल्या. भाकरी आणि जवसाची चटणी खाता-खाता उमी बोलली, ''बिडवे सरांचं हे नेहमीचंच आहे. कायम मुलींचा पाणउतारा करत असतात.''

''अगं, हे काहीच नाही. आपल्याला नुसतं टोचेल असं बोलतात! घरी तर खूप

वाईट वागतात.''

"काय सांगतेस!"

"अगं, हो गं!"

"पण तुला कसं काय माहीत?"

"अगं, माझी आई शेजारच्या मावशींशी बोलताना ऐकलं मी!"

"काय ऐकलं?"

"आई सांगत होती. सरांचा स्वभाव खूप कडक आहे. ते बाईंना अजिबात घराबाहेर जाऊ देत नाहीत. बाई एम.ए. झालेल्या आहेत. त्यांना वाटतं, एखादी छोटी नोकरी करावी; परंतु काय करणार, सरांची परवानगी नाही.''

"एकूण बाईंचं अवघड आहे म्हणायचं?"

"अगं, हे तर काहीच नाही. काल रात्री तर खूपच गोंधळ झाला.''

''काय झालं?'' उमीनं उत्सुकतेनं विचारलं.

''अगं, सरांना एक मुलगी आहे. आता बाई पुन्हा गरोदर आहेत. सर म्हणतात, आपण गर्भाची तपासणी करू या आणि मुलगा आहे की मुलगी, ते पाहू या.''

''कशासाठी?''

''अगं, मुलगी असेल तर सरांना ती नको आहे. म्हणजे मुलीचा गर्भ असेल तर खाली करायचा.''

''आई गऽ किती दुष्ट!'' म्हणजे मुलींना जन्मायचासुद्धा अधिकार नाही.'' उमी पोटतिडकीने बोलली.

'तेच तर, बाई म्हणाल्या, 'मी असली तपासणी-बिपासणी नाही करून घेणार.' तर सरांनी बाईंना मारलं गं!''

उमी काहीच बोलली नाही; पण तिच्या डोळ्यांत पाणी तरळलं. शाळा सुटल्यावर ती घरी आली. दप्तर ठेवते न ठेवते तोच आई म्हणाली, ''तेवढी भांडी घास गं, बये!''

''अग आई, आज मला अभ्यास जादा आहे. शाळेतच दमून गेले मी!''

'' आन् मी काय हिथं गाद्यागिरद्यांवर लोळत्येय व्हय गं?'' आई चुलीत लाकूड सारत बोलली.

''बरं बाई, घासते! पण सत्याला पाणी तरी आणायला लाव की हापश्यावरून!'' उमी आईला लाडीगोडी लावत बोलली.

''तुला त्येचा लई ईसाळ गं! सदान्कदा त्येची बरोबरी!''

आईचा पारा चढलेला बघून उमीनं गपचीप हंडा उचलला. पाणी भरलं आणि भांडी घासू लागली. ती भांडी घासतानाच संतोष आला. सारी गल्ली त्याला 'संत्या' म्हणून हाक मारायची. उमीपण त्याला अपवाद नव्हती. त्याला आल्याचे बघून आई म्हणाली, ''त्या पाटीखाली दूध ठिवल्या गिलासभर. घी तेवढं! आता आरद्या तासामधी स्वैपाक हुईल माझा! मग बस गरम-गरम जेवाया.''

उमीला कसंतरी वाटलं. आईनंसुद्धा दुजाभाव करावा? तिचं भांडी घासण्यावरील लक्षच उडालं. त्यात नेमका पितळेचा फुटका डबा— त्याचा काठ तिच्या बोटाला कापला. रक्ताची धार लागली. का कोण जाणे? पण ती ओरडली नाही. आईकडेही गेली नाही. तिथंच पडलेलं एक फडकं तिनं बोटाला बांधलं....

''व्हय गं, जागी हायेस का झोपलीस?''

नाना आईशी बोलत होता. संत्या डाराडूर झोपला होता. उमीचं बोट ठणकत असल्यामुळे ती जागीच होती.

''काय म्हणतायसा?'' आईनं नानाला विचारलं.

''सांजच्यापरी मोरे भावसायब भेटलं हुतं.''

''काय म्हणत हुतं?''

''आपल्या गावामधी सदुबाच्या डोंगराच्या खालच्या अंगाला तळ्याचं काम सुरू व्हणार हाय.''

''कवापास्नं?''

''दोन-चार दिसाच्या आतबाहीर!''

''मग?''

''भावसायब म्हणत हुतं, तळ्याच्या कामावर यी. सरकारी काम हाय. रोजगार चांगलाय.''

''जाऊ की मग. आपुन कष्टकरी मान्सं! आपल्याला काय कुठंतरी कामच करायचंय!''

''मी काय म्हणतु, आपुन समद्यांनी गेलं तर ज्यादा पैका मिळंल!'' नाना मनातलं बोलला.

''समद्यांनी म्हंजी उमी आन् सत्यापण! आन् त्येंची साळा!''

''साळेचं काय असतंय यवढं? नायतरी लई शिकून दिवं लागणार हायती!'' नाना नेहमीप्रमाणे दारू पिलेला असावा, असा संशय उमीला आला.

''संत्याला सिकू दी शाळा. बारावी पास झाला आन् एखादी नोकरी लागली तर पांग फेडील आपलं! उमीला घरी ठीवू. पोरीची जात. आज ना उद्या दुसऱ्या घरी जायची. जादा सिकवून तरी काय करायचं?'' आईनं तिचं तत्त्वज्ञान मांडलं आणि उमीचं बोट आणखीनच ठणकू लागलं. ती ताडकन अंथरुणात उठून बसली. ''मी शाळा सोडणार नाही.'' ती ठणकावून बोलली.

ती जागी आहे, याची कल्पना नसल्याने आई आणि नाना दोघंही गांगरले. पण मग थोड्या वेळाने आई बोलली, ''का, लई शिकून काय मामलेदारीन व्हनार का काय तू?''

''मला ते माहीत नाही, पण मी शाळा सोडणार नाही.'' उमी ठामपणे म्हणाली.

''उमे, तुला साळा सिकवाया पैका नगं का? पुस्तकं, कापडं काय आभाळातनं पडल्यात व्हय?'' नाना बोलला.

''मंग संत्याचं काय?...''

''पोरगा हाय तो, त्येची बरोबरी करू नगंस.'' नानानं सुनावलं.

''आगं आक्रस्ताळे, दोन कामं करून आईबाच्या संसाराला हातभार लावला तर हात झडणार नाहीत तुझं!'' आई संतापून बोलली.

''मी कष्ट करून पैका कमवायचा? कशापायी? नानाला दारू ढोसण्यासाठी की मटका खेळण्यासाठी?'' उमीचा तोल सुटला.

हे वाक्य नानाच्या वर्मावर लागलं. 'तुला तरऽ' असं पुटपुटत नाना तिरमिरीत उठला आणि त्याने उमीला दोन कानफाडीत लगावल्या. उमी अंथरुणात तोंड खुपसून रडू लागली. तिला आपलं भविष्य स्वच्छ दिसत होतं... खोरं, फावडं आणि पाटी! पुस्तकं, वह्या चुरगळून पडल्या होत्या.

तीन-चार महिन्यांत तळ्याचं कामही संपलं. इकडे उमीच्या मैत्रिणी सातवीतून आठवीत गेल्या. त्यांना शाळेत जाताना पाहून उमीच्या काळजात कालवायचं. तळ्याचं काम संपल्यावर 'आतातरी मी शाळेत जाऊ का?' म्हणून तिनं आईला व नानाला विचारलं होतं. पण पुन्हा पहिले पाढे पंचावन्न! ती रोज चाळीस-पन्नास रुपये कमवायची. नानाला आता पैशाची चटक लागली होती. तळ्याचं काम संपल्यावर तिनं गावातील चार-पाच प्रतिष्ठित लोकांच्या घरी धुणीभांडी करायला सुरुवात केली.

एकदा गंमतच झाली. गावातील एका डॉक्टरांच्या घरी ती धुण्याभांड्याला जाई. डॉक्टरीणबाई स्वभावाने खूप चांगल्या होत्या. सामाजिक कार्य करणाऱ्या, गोरगरिबांना प्रसंगी मदत करणाऱ्या. त्यांचा मुलगा श्रेयस सहावीला होता. एकदा त्याला एक गणित अडलं. त्यानं ते त्याच्या आईला विचारलं; परंतु आईलाही लवकर सुटेना. त्याच खोलीची फरशी पुसता-पुसता उमी मायलेकरांची सारी चर्चा ऐकत होती. शेवटी दमून डॉक्टरीणबाई म्हणाल्या, ''श्रेयस, तू तुझ्या सरांना विचार हे गणित!''

''मॅडम, मी बघू का, मला सुटतंय का ते?''

''तू?'' मॅडम आश्चर्यानं म्हणाल्या.

''हो मॅडम, मला जमेल ते गणित!'' उमी आत्मविश्वासानं म्हणाली.

मॅडमनं तिला परवानगी दिली आणि अवघ्या दोनच मिनिटांत तिनं ते उदाहरण सोडवलं. डॉक्टरीणबाई तर अवाक्च झाल्या. तिला जवळ घेत म्हणाल्या, ''अगं उमा! पोरी, इतकी हुशार तू आणि शाळा का मधूनच सोडली?''

उमीला जणू जखमेवरील खपली काढल्यासारखं झालं. तिची जखम वाहू लागली.

''काय करणार, मॅडम? घरची गरिबी, त्यात वडील दारुडे! एकटी आई मरमर राबायची. तिच्या एकटीच्या रोजगारावर घर कसं चालायचं? म्हणून मग मीपण शाळा सोडून तिला हातभार लावू लागले.''

परिस्थितीने उमीला एक शहाणपण दिलं होतं.

''असू दे. तू खंत बाळगू नकोस. तुला काम करता-करता शिकता येईल, याची मी व्यवस्था करते. तुला आपण बाहेरून परीक्षेला बसवू या. तुझ्या वह्या-पुस्तकांची सोय मी करते.'' डॉक्टरीणबाई म्हणाल्या आणि उमीला खूप आनंद झाला. मग काय, काम झाल्यावर डॉक्टरीणबाई रोज तिचा थोडासा अभ्यास घ्यायच्या. ती पुन्हा अभ्यासात रमू लागली. तिला जणू हिरवी-पोपटी पालवी फुटू लागली.

दिवस कसे फुलांवर उडणाऱ्या फुलपाखरांसारखे मजेत चालले होते आणि त्या दिवशी चिलवडीच्या बाजारातून नाना आले ते दारू पिऊन तर्रर होऊनच! आल्या-आल्या आईला नाना बोलला, ''धुरपेऽऽ, अग एऽ धुरपे, उमीची सोयरीक जमवून आलोया मी!''

''उमीची सोयरीक?''

''अगं, मंग? तुला सदान्कदा वाटायचं ना, मला पोरीची कायबी काळजी नाय.''

''अवं पर, कुठंशी जमवली सोयरीक?''

''अरं, दूरगावचा मारती बनसोडे नाय का? माझा लंगोटीयार! त्येचा पोरगा हो, मारती आज बिलवाडीच्या बाजारात भेटला. पोरगं बी व्हतं त्येचासंगं!''

''अवं, पण पोरगं काय करतं?''

''दिवसाला शंभराची नोट कमावतया. नंबरी हाय पोरगं एकदम! बॉडीबिल्डर.'' नाना भलताच खूश होता.

''अवो, पर काम काय करतंया?''

''ग्यारेजमधी फिटरचं काम करतू. कळलं का?''

दोन-तीन दिवसांनी नाना-आई दूरगावला जाऊन आले. मुलाचं घरदार, माणसं सारं काही पाहून आले. आईलासुद्धा मुलगा, घर, माणसं सारं काही आवडलं.

''बरं झालं बाई, एकदाव या पोरीला उजवलं की माझ्या डोईवरचं मोठं वझं उतरलं.'' आई स्वतःशीच पुटपुटली.

''आई...'' उमीचे डोळे डबडबले होते.

''पोरी, बरं झालं. तुझं बाशिंगबळ चांगलं हाय. चांगलं घर मिळालं तुला!''

''पण आई, माझ्या लग्नाची एवढी घाई कशापाई करतेस?''

''आता गं, पंद्रा वर्षाची घोडी झालीस. आता काय लान हाय व्हय तू?'' आई फणकाऱ्यांनं बोलली.

''आई, हे लग्न मला नको गं!'' उमी काकुळतीनं म्हणाली.

''नगं? लगीन नगं? मग काय करतीस?''

''आई, मला शिकून स्वतःच्या पायावर उभं राहायचंय. मग लग्न करीन मी!''

''सिकायचं? मस सातवीपातुर सिकलीस की तू?''

''अर्धवट शिकण्याचा काय फायदा?''

''अगं बये, लई सिकाया आपुन काय लई आमीर मान्सं नाय. तळहातावर प्वाट आपलं. लई मोठी सपनं बघुनी.''

आई ऐकायला तयार नव्हती. नाना तर पुन:पुन्हा 'मी मारतीला शब्द दिलाय. हे लगीन व्हनार म्हंजी व्हनार' म्हणायचा.

उमी कोंडीत सापडली. उदास मनानं उठली आणि डॉक्टरीणबाईंची संध्याकाळची भांडी घासायला त्यांच्या घरी आली. कशातच तिचं मन लागेना. काहीतरी बिघडलं आहे, हे डॉक्टरीणबाईंनी तत्काळ ताडलं.

''उमा, काय झालं? चेहरा अगदी काळवंडलाय तुझा?'' बाईंनी मायेनं विचारलं.

त्या मायेच्या शब्दांनी उमाला आतापावेतो आवरलेलं रडू फुटलं.

''अगं, रडायला काय झालं?''

''मॅडम, आई-नानांनी माझं लग्न ठरवलंय.'' उमा रडत-रडतच बोलली.

''लग्न, इतक्या लहान वयात?''

''आई-नानांना कोण सांगणार?''

''अगं, पण अठरा वर्षांच्या आत लग्न करणं कायद्याने गुन्हा आहे आणि तुझं वय तर जेमतेम पंधरा आहे.''

''कायद्याला कोण खातो, मॅडम?''

''तसं नाही. इतक्या लहान वयात तुझं लग्न होता कामा नये. मी तुझ्या आईवडिलांशी बोलते.''

डॉक्टरीणबाई स्वतः उमीच्या घरी आल्या. आई-नानाशी बोलल्या; पण दोघांनाही त्यांचं म्हणणं पटेना. नाना तर तिरमिरीत बोलला, ''वो बाई, माझी पोरगी हाय. मी तिचं काय बी करीन? तुमी मला गिन्यान शिकवू नका.''

यावर डॉक्टरीणबाई काय बोलणार? प्रयत्न करूनही उमीचं लग्न टळत नाही, हे डॉक्टरीणबाईंच्या लक्षात आले.

दोन दिवसांनंतरची गोष्ट. डॉक्टरीणबाईंच्या घरी उमी परसदार झाडत असताना प्राजक्ताची फुले वेचत डॉक्टरीणबाई गुणगुणत होत्या —

रे रस्ते करणाऱ्यांनो,

रे ओझी वाहणाऱ्यांनो,

जे जोखड घेणाऱ्यांनो

गमभन सिका आणखी

उचला पेन्सिल पाटी

शिका अक्षरे कशी करावी,

शस्त्रे लढण्यासाठी

तेवढ्यात डॉक्टरसाहेब आले.

''अरे वा! आज मूड अगदी झकास दिसतोय. सफदार हाश्मीचं गाणं गाताय ते?''

''नुसती गाणी गायची, करणं तसं होत नाही.'' घरात जात-जात बाई खिन्नतेनं बोलल्या.

''अरे, एवढं नाराज व्हायला काय झालं?'' डॉक्टरांनी विचारलं. ते दोघं किचनमध्ये बोलत होते; पण परसदारात त्यांचा आवाज उमीला स्पष्ट ऐकू येत होता. बाई बोलत होत्या,

''अहो, आपली उमी हो, लहान वयात तिचं लग्न ठरवलंय तिच्या आईबाबांनी!''

''हो, मला समजलं ते! तू तिच्या घरी गेली होतीस म्हणे, तिच्या आईवडिलांना समजावून सांगायला.''

''हो''

''काहीतरी वेड्यासारखं! तिचे वडील तुला काहीतरी वेडंवाकडं बोलल्याचंही समजलं. काही गरज होती का त्यांच्या तोंडी लागायची?'' डॉक्टर नाराजीनं म्हणाले.

'अहो, त्या लेकराकरिता एवढं केलं पाहिजे ना! मला तर वाटतं, तहसीलदाराला एक पत्र टाकावं आणि हा बालविवाह रोखावा.''

''एक मूर्खपणा केला तेवढा पुरे! आणखी हा नको. तो नाना रोज दारू पिऊन शिव्या देईल, असलं काही केलं तर! आणि तुला खरं सांगू का, आपली लढाई प्रत्येकानं स्वतःच लढली पाहिजे.''

''अहो, पण...''

''काही नको. या अडाणी लोकांच्या नादी लागण्यात काही अर्थ नाही. सारं गाव चिडेल. माझ्या प्रॅक्टिसवरही परिणाम होईल. मुलींची ठरलेली लग्नं हा डॉक्टर मोडतो, अशी बदनामी होईल. आणि तू मला सांग, कुठं-कुठं म्हणून आपण धावणार? खेड्यातील कितीतरी लग्नं बालविवाहच असतात.''

यावर डॉक्टरीणबाई गप्प बसल्या. उमीनं ऐकलं आणि तिच्या डोक्यात एक कल्पना चमकली. 'बरोबर डॉक्टरसाहेब, आपली लढाई आपणच लढली पाहिजे. माझी लढाईपण मीच लढणार!' ती स्वतःशीच पुटपुटली.

घरातून जाता-जाता तिनं पोस्टातून एक अंतर्देशीय पत्र विकत घेतलं आणि संध्याकाळी आई-नाना येण्यापूर्वी तिनं तहसीलदारांना पत्र लिहिलं. स्वतःची सारी कहाणी जमेल तशी त्यात लिहिली आणि कोणी पाहणार नाही, अशा बेतानं ते पोस्टाच्या पेटीत टाकलं.

संध्याकाळी आई-नाना साखरपुड्याची, टिळ्याची तारीख ठरवत होते. आणि उमी धडधडत्या अंतःकरणानं ते पत्र लवकरात लवकर तहसीलदारांना पोहोचून, त्यांनी ते लग्न थांबवावं, अशी मनोमन प्रार्थना करत होती. एका छोट्याशा खेड्यातील एक मुलीच्या पत्राची दखल साहेबलोक घेतील...? तिच्या छोट्या डोक्यात विचारांचं मोहोळ उठलं होतं.

पाच-सहा दिवसांनंतरची गोष्ट. डॉक्टरांच्या घरी कामाला जाण्यासाठी ती घराबाहेर पडणार, एवढ्यात घरासमोर दोन जीपगाड्या थांबल्या आणि त्यातून चार-पाच साहेबलोक उतरले. त्यातील एकाने विचारलं, ''अरे, नाना भिसे कोण आहे इथं?''

नाना थरथर कापत पुढे आला. ''मी आहे, साहेब!''

''का रे, अठरा वर्षांपिक्षा लहान असणाऱ्या मुलीचं लग्न जमवतोस? हातात बेड्या घालू का?''

''चुकलं सायेब!'' बेड्यांचं नाव ऐकून नाना घाबरला; पण आई फणकाऱ्यानं म्हणाली, ''अवो पन सायेब, आमच्या पोरीच्या लग्नात सरकारनं कशाला नाक खुपसावं? आन् पोरींना नुसतं घरी ठेवून आमी काय करायचं?''

''अहो मावशी, शिकवा मुलीला. तिला स्वावलंबी करा. मुलींसाठी सरकारनं खूप सोयी-सवलती दिल्या आहेत. त्यांचा फायदा घ्या.''

मग त्या साहेबांनी नानाला आणि आईला कायदा समजावून सांगितला. बालविवाहाचे तोटे समजावून सांगितले. आई-नानाला भीतीपोटी का असेना, सारं पटलं.

''पन सायब, तुमास्नी ह्या लग्नाचं कसं कळलं?''

नानाला कोडं सुटेना.

साहेबांनी उमीला बोलावलं आणि म्हणाले, 'या चिमुरडीनं मला पत्र पाठवलं. त्यामुळे मला समजलं. हिच्या धाडसाचं कौतुक करायला हवं.''

उमीला काय बोलावं तेच कळेना.

दुसऱ्या दिवशी वर्तमानपत्रात फोटोसह उमीच्या धाडसाची बातमी छापून आली, 'एका चिमुरडीचं बंड'

साऱ्या गावात उमीचीच चर्चा होत होती. आणि उमी डॉक्टरीणबाईंकडे जाता-जाता स्वतःशीच गुणगुणत होती —

शिका अक्षरे कशी करावी,
शस्त्रे लढण्यासाठी!

सेल्फी विथ अ ट्रॅफिक पोलीस

सकाळची ऑफिसची वेळ. आणि त्यात शहरातला मध्यवर्ती गांधी चौक.

चाकरमान्यांची वेळेत ऑफिसला पोहोचण्याची धडपड आणि त्यात दिसामाजी वाढत जाणारे ट्रॅफिक. टू व्हिलर्स, फोर व्हिलर्स, रिक्षा, सिटी बसेस त्यात मध्येच एखादा सायकलवाला, रस्ता क्रॉस करू पाहणारे पादचारी. अख्खं शहरच कुठेतरी निघालंय, असे वाटणारे सारे चित्र. आणि अशा वेळी जर यदा कदाचित 'थांबा - पाहा - जा' असे सांगणारे सिग्नलचे लाल-पिवळे-हिरवे दिवे जर बंद पडले तर विचारायलाच नको. शिट्टी मारून आणि हातवारे करत राम पवार आणि त्याच्या सहकाऱ्याचा जीव मेटाकुटीस येई; पण ट्रॅफिक नीट कंट्रोल होत नसे.

गेल्या दहा-पंधरा वर्षांपासून राम पवार ट्रॅफिक पोलीसमध्ये काम करत होता. रोज ड्युटीवर असताना त्याला दोन-तीन प्रश्न कायमच पडायचे आणि त्याचा स्वतःशीच संवाद सुरू व्हायचा.

आजकाल प्रत्येकाला स्वतःचे वाहन असावे, असे वाटू लागले आहे. त्यात कारसाठी आणि गाड्यांसाठी बँका हातात कर्ज घेऊन दारात उभ्या आहेत, त्यामुळे चार चाकी, दोन चाकी विकत घेणे मध्यमवर्गीय माणसांकरिता बऱ्यापैकी सोपी गोष्ट होऊन गेली आहे. खरे तर आपली सार्वजनिक वाहतूक व्यवस्था बळकट झाली तर किती बरे होईल... रस्त्यावरील गर्दी गोंगाट कमी होईल... पेट्रोल-डिझेलवरील खर्च

कमी होईल... त्यामुळे पृथ्वीचे वाढणारे तापमान रोखता येईल. पण लक्षात कोण घेतो? असले काहीबाही विचार त्याच्या मनात यायचे. मग स्वतःलाच बजावायचा, अपनी औकात में रहो यार, क्यों इतनी बडी-बडी बातें सोचते हो?

राम मूळचा जेऊरचा. दुष्काळी भागातला. लहानपणी त्याने शेतातली कामं केलं होती, गुरं राखली होती. गुराढोरांना राखायला, त्यांना योग्य ठिकाणी वळवायला माणूस लागतो, हे ठीक आहे, पण स्वतःला शहाणासुरता म्हणणाऱ्या माणसासाठीसुद्धा ट्रॅफिक पोलिसांची गरज लागावी, याचे त्याला जाम आश्चर्य वाटायचे. सिग्नलचे दिवे बघून, ट्रॅफिकचे नियम पाळून चालणे अजूनही माणसाला जड जाते, ते पाळण्यासाठी पांढरा शर्ट आणि खाकी पॅण्टमधला ट्रॅफिक पोलीस चौकाचौकात उभा करावा लागतो, रामला याचे मोठे कोडे वाटायचे. मग तो तशा गर्दीतही चौकाच्या मधोमध उभा असणाऱ्या गांधीजींच्या पुतळ्याकडे पाहायचा आणि बापू गालातल्या गालात मिश्किल हसताहेत, असा भास त्याला व्हायचा. आपला मुन्नाभाईसारखा 'केमिकल लोच्या' होऊ नये म्हणून तो समोर वाहत राहणाऱ्या ट्रॅफिककडे अधिक सावधपणे पाहू लागायचा.

'फुरररऽऽऽ', त्याने जोरात शिट्टी वाजवली.

उजव्या बाजूने येणाऱ्या कॉलेज तरुणाने ट्रॅफिक सिग्नल तोडत गाडी पुढे दामटली होती. रामने त्याला बाजूला घेतला आणि गमतीने विचारले, ''दोस्ता, या असहकार आंदोलनाचं कारण काय? कशामुळं हा सविनय कायदेभंग?''

कॉलेज तरुणाने कन्फ्युज्ड नजरेने राम पवारकडे पाहिले. हे असले काही त्याने बहुधा ऐकले नसावे. रामला वाटले, हा गांधीजींचा पुतळा तरी ओळखतो का, हे टेस्ट करावं; पण त्याने स्वतःला रोखलं. ट्रॅफिक सिग्नल तोडू नयेत, एवढा कॉमन सेन्स ज्याला नाही त्याचे जनरल नॉलेज टेस्ट करून काय करायचे?

रामने त्याची रितसर पावती फाडली.

हे नेहमीचेच. ट्रॅफिक रुल्स तोडणे, मग शिट्टी वाजवली तरी न थांबणे; नाहीतर काहीतरी खोटेनाटे कारण सांगून माफीनामा सादर करणे, कधी कोणा थोरामोठ्याचा रेफरन्स देणे किंवा गुर्मीत खिशातल्या नोटा बाहेर काढणे, इत्यादी इत्यादी.

राम पवारला काल घडलेला प्रसंग आठवला.

नेहमीप्रमाणे तो सकाळ शिफ्टला ड्युटीवर होता. सकाळची दहा-साडेदहाची

वेळ होती. तो गांधी चौकाच्या उजव्या बाजूला उभा होता. पलीकडे मिलिंद बनसोडे.

रामचे लक्ष गेले. पुढून एक ऑडी कार येत होती. खूप वर्षांपूर्वी ऑस्ट्रेलियात झालेल्या 'बेन्सन अॅण्ड हेजेस सिरिज'मध्ये 'मॅन ऑफ द सिरिज' म्हणून निवडल्या गेलेल्या रवी शास्त्रीला बक्षीस म्हणून ऑडी मिळाली होती. रामने या गाडीचे नाव पहिल्यांदा तेव्हा ऐकले होते. आता रोज कितीतरी ऑडी समोरून जातात. रामने बघितले, एक पांढरा कुडता घातलेला, पांढरे रेशमी केस असणारा मध्यमवयीन गृहस्थ गाडी चालवत होता.

आणि चक्क, मोबाईलवर बोलत-बोलत तो गाडी चालवत होता.

'फुरररऽऽ', राम पवारची शिट्टी सवयीने वाजली. आणि त्याने ऑडीवाल्याला गाडी साईडला घ्यायचा इशारा केला.

त्या गृहस्थांनी आज्ञाधारकपणे गाडी बाजूला घेतली.

पॉवर विंडो खाली झाली. रामने वाकून विंडोतून गृहस्थाकडे पाहिले.

''सर, आपलं लायसन दाखवा, प्लीज.''

त्यांनी निर्विकारपणे विचारले, ''काय झालं?'' जणू काही आपण काय केले, हे त्यांना माहीतच नव्हते.

त्यांच्या व्यक्तिमत्त्वातून त्यांची श्रीमंती पाझरत होती. गाडीवर शहरातल्या नामवंत ज्वेलर्सचे नाव लिहिले होते – एस. के. ज्वेलर्स.

एस. के. ज्वेलर्स हे शहरातील खूप प्रसिद्ध ज्वेलर होते. सदाशिव काशीनाथ पेठे हे त्यांचे संपूर्ण नाव. गेल्या पाच दशकांत त्यांनी आपला व्यवसाय शब्दशः गगनचुंबी केला होता. या व्यवसायाचे प्रमुखच बहुधा गाडी चालवत होते.

''काय झालं? का थांबवलंय तुम्ही मला?'' गृहस्थांनी पुन्हा विचारले.

राम पवार साधा-सरळ ट्रॅफिक पोलीस. तो नम्र होताच; पण कोणासमोरही खरे बोलायला तो कधी कचरायचा नाही.

तो नम्रपणे बोलला, ''सर, आपण गाडी ड्राईव्ह करताना मोबाईलवर बोलत होतात.''

''इम्पॉसिबल!'' ते देखणे गृहस्थ अगदी मोठ्याने बोलले, ''मी ड्राईव्ह करताना मोबाईलवर बोलत होतो? नोऽ नो वेऽऽ कॉन्स्टेबल, तुमचा काहीतरी गैरसमज होतोय.''

राम पवारचा गैरसमज होण्याचा काही प्रश्नच नव्हता. त्याने या गृहस्थांना मोबाईलवर बोलत गाडी चालवताना नीट पाहिले होते. रामने पाहिले, गाडीत मागे पेठेंचे कुटुंबीय बसले होते. पत्नी-मुले असावीत. ड्रायव्हरजवळील सीटवर पूजेचे साहित्य होते. बहुधा पेठे कुटुंबासह देवाला चालले असावेत.

"सर, मी तुम्हांला ड्राईव्ह करताना मोबाईलवर बोलताना पाहिलं आहे. माझे डोळे मला धोका देणं शक्य नाही." राम पवारने शक्य तितक्या शांत, पण ठाम आवाजात आपले मत मांडले.

"व्हाट डू यू मीन? काय म्हणायचंय तुम्हांला? मी खोटं बोलतोयऽऽ मी कोणंय ओळखता का? मी सदाशिव पेठे, एस. के. ज्वेलर्सचा मालक. एका क्षुल्लक गोष्टीकरिता मी कशाला खोटं बोलेन?"

'पण का कोण जाणे, तुम्ही खोटं बोलत आहात...', रामला असे म्हणावेसे वाटले; पण तो तसे बोलला नाही. त्याला आता ताणण्यात अर्थ नाही, हे लक्षात आले. एवढा मोठा माणूस सरळसरळ खोटं बोलतो आहे, हे पाहून त्याला आतल्या आत निराश वाटले.

थोड्याशा निराश स्वरातच तो म्हणाला,

"सॉरी सर, माझ्या पाहण्यात काही गफलत झाली असेल. आपण एवढे मोठे बिझनेसमन. आपली एवढी महागडी गाडी आहे. शंभर-दोनशे रुपड्यांसाठी माझ्यासारख्या कॉन्स्टेबलला खोटं कशाला बोलाल? जा सर आपण!"

पेठे थोडेसे ऑकवर्ड दिसू लागले; पण तरीही 'ओके' म्हणाले. वर म्हणाले, "तरीही पावती फाडायची असेल तर फाडा. नो प्रॉब्लेम...!"

"नाही, साहेब. तुम्ही जर चूकच केली नाही तर दंड कसला घेणार? समोर बापूंचा पुतळा आहे, साहेब. आम्हांलाही आतला आवाज आहे नाऽऽ" राम थोडं जास्तच बोलून गेला.

राम पवारला कालचा हा प्रसंग आठवला आणि हसू आले. माणसं सरळसरळ एवढं खोटं बोलू शकतात? तो विचार करत असतानाच त्याला कालचीच ती ऑडी गाडी समोरून येताना दिसली. त्याने लक्ष देऊन पाहिले. सदाशिव पेठेच गाडी चालवत होते.

सिग्नल हिरवा होताच त्यांनी गाडी पुढे घेतली आणि चौकाच्या डाव्या अंगाला

असलेल्या झाडाखाली जागा पाहून गाडी थांबली. राम पवार आपले काम करत होता. पण त्याचे लक्ष या ऑडीकडे होतेच. त्याने पाहिले, गाडीतून सदाशिव पेठे खाली उतरले. ते त्याच्याकडे चालत येऊ लागले. थोडे पुढे आल्यावर त्यांनी आवाज दिला, ''कॉन्स्टेबलऽऽ''

पेठे त्यालाच हाक मारत होते. आता काय झाले? राम पवार बुचकाळ्यात पडला. पण तरीही तो पेठे उभे होते तिथे गेला.

पेठेंनी रामचे हात हातात घेतले, ''माफ करा, मला आपले नाव माहीत नाही.''

''मी राम पवार,'' राम आपला हात सोडवत म्हणाला.

''मिस्टर पवार, मला माफ करा. मी काल आपल्याशी खोटं बोललो. आपण बरोबर पाहिलं होतं. खरोखरच मी ड्राईव्ह करत असताना मोबाईलवर बोलत होतो.'' पेठे मनापासून बोलत होते.

राम थक्क झाला होता. हे सांगण्याकरिता हा एवढा मोठा माणूस इथवर आला होता.

''सर, होता है... चुका सगळ्यांकडून होतात.'' काहीतरी बोलायचं म्हणून राम बोलला, ''पण सर एवढ्याकरिता तुम्ही परत मला भेटायला आलात.''

''नाही, मिस्टर पवार. मी खोटं बोललो होतो. ही गोष्ट मी विसरू शकलो नाही. आणि असं असूनही तुम्ही ज्या संयमानं आणि शांतपणे माझ्याशी बोललात त्याने तर मी आणखीनच खजील झालो. माझे कशात लक्षच लागेना. त्यात काल माझा मुलगा मला म्हणाला, 'बाबा, तुम्ही त्या पोलिसाशी खोटं बोललात.' आणि माझ्या लक्षात आलं, एका क्षुल्लक दंडाकरिता मी माझीच किंमत माझ्या आणि माझ्या मुलाच्या नजरेतून कमी करतो आहे.'' पेठे बोलत होते. त्यांच्या आवाजात थरथर होती.

ट्रॅफिक कॉन्स्टेबल राम पवारला काय बोलावे तेच समजेना.

''मिस्टर पवार, माझी दंडाची पावती फाडा.'' पेठे हातात पाचशेची नोट घेऊन उभे होते.

राम पवारने त्यांची पावती फाडली आणि उरलेली रक्कम परत केली. पेठेंना राम पवारला बक्षीस द्यायचे होते. त्यांनी राम पवारला पाचशेची नोट देऊ केली.

''मी स्वखुशीने ही बक्षिसी देतो आहे, मिस्टर पवार. प्लीज ॲक्सेप्ट इट.''

''सॉरी सर, मी माझं कर्तव्य केलं. यात बक्षीस द्यावं, असं काहीच नाही.

तुम्हांला स्वतःची चूक कळली आणि ती कबूल करावी वाटली, हा तुमचा मोठेपणा आहे, सर. आज तुमच्याकडून मीही काही शिकलो आहे.''

''मिस्टर पवार, ट्रॅफिक पोलीस केवळ रहदारीचं नियंत्रण करतो असे नाही, तर वेळप्रसंगी तो योग्य दिशाही दाखवतो, हे आज तुमच्यामुळे समजलं. थँक्स अ लॉट. हा धडाही गांधीजींच्या पुतळ्याजवळच शिकायचा होता, हाही एक योगायोग.'' पेठेंच्या या वाक्यावर दोघेही खळखळून हसले.

''पवार, चला. बक्षीस नका घेऊ. पण एक रिक्वेस्ट आहे.''

''आता आणखी काय, सर?''

''मला तुमच्या सोबत एक सेल्फी काढायचीय.'' असे म्हणत सदाशिव काशिनाथ पेठेंनी चक्क राम पवारच्या गळ्यात हात टाकला आणि आपल्या मोबाईलवरून क्लिक केले.

दोन वेडी माणसे एका सेल्फीत कैद झाली होती.

चौकाच्या पलीकडे उभा असलेल्या मिलिंद बनसोडेला राम पवार आणि या व्हीआयपी माणसाचे काय चालले आहे, हे लक्षात यायला तयार नव्हते. तो डोळे विस्फारून त्यांच्याकडे पाहत होता.

दुर्गे दुर्घट भारी...

शाळेचा टोल पडला आन् समदी पोरं विजेच्या वेगानं शाळेच्या बाहेर पडली. नेताजी सुभाष विद्यालय ही दिवेगव्हाणमधली नामी शाळा. शाळा पारेवाडी स्टेशनला; पन आजूबाजूच्या चार-पाच खेड्यातली पोरं शाळेला यायची. कधी जिपड्यानं, कधी चालत पोरांची शाळेची वारी चालू असायची.

शाळा सुटलेली. राणी आणि भावड्या दप्तराचं वझं सांभाळत-सांभाळत चालत व्हते. राणी नववीला तर भावड्या आठवीला. राणी दर वर्षाला तिन्ही तुकड्यातनं पैला नंबर कधी सोडायची नाय. वर अजून शाळंच्या खो-खो टीमची कॅप्टन! भावड्या तसा भोळा गडी. पोरं कायम त्याची चेष्टा करायची. पण भावड्या कधी चिडायचा नाय. भावड्या शाळेत रमायचा, मन लावून अभ्यास करायचा; पण स्वभावानं लय भेदरट!

नुकताच पाऊस पडून गेलेला. पाऊस म्हंजी कसला, नुसता शिडकावा. त्येच्यामुळं मातीचा मस्त वास समदीकडं घमघमत हुता. राणी आणि भावड्यानं गप्पा मारत रेल्वेची क्याबीन मागं टाकली आन् महादेव नवल्याच्या घराम्होरनं रघु खोट्याच्या वस्तीला पोचले. तो एकाएकी वारा पिऊन भिरंभर झालेलं खोंड भावड्या आन् राणीच्या पुढ्यात येऊन उभं राह्यलं. डुरक्या नजरेनं भावड्याकडं पाहत गुर्मीत हंबरलं. राणी खोंडाला वाट देत बाजूला व्हत चालू लागली. हात धरून भावड्याला

बाजूला घेणार, तवर भावड्या खोंडाला घाबरून उलट्या दिशेला धावत सुटला. मातीच्या वासानं सैरभैर झालेलं खोंड भावड्या पळताना बघून अजूनच बावचळलं आन् भावड्याच्या मागं धावू लागलं.

''भावड्याऽ भावड्याऽऽ, थांब! आरं, उगी कशापायी पळतूयास?'' राणी त्याला थांबवत व्हती. पण भेदरलेला भावड्या आणखीनच पळत व्हता आन् भावड्या पळतूया म्हणून खोंड भी त्येच्यामागं पळत व्हतं. पळून-पळून भावड्या धापा टाकायला लागला. रस्त्याच्या बाजूला कुणाच्यातरी समाधीचा चौथरा व्हता. भावड्यांनं त्या चौथऱ्यावर उडी मारली. खोंड त्याच्या मागोमाग चौथऱ्यापुढं उभं हुतं, खाली मान झुकवून धडक मारायच्या पोझमधी...!

भावड्याला काय करावं त्ये सुचंना. त्यांनं त्या चौथऱ्यावरनंच खोंडाला हात जोडले आन् तो चक्क खोंडाशी बोलू लागला,

''एक डाव माफी दी लका. पुनिंदा रस्त्यात नाय आडवा येनार मी!''

खोंड पुन्हा गुर्मीत डुरकलं, तसं भावड्याचं काळीज लक्कन हललं.

''आय याम सॉरी, रे! आय बेग युवर पार्डन!''

भावड्याला शिंदे सरांच्या तासाला शिकलेलं इंग्रजी आठवू लागला. पण या सायबाच्या भाषेचाही खोंडावर काय परिणाम झाला नाही. ते तसंच उभं राह्यलं. तवर तिथं राणी पोचली. आजूबाजूची शेतातली मंडळी ते पाहून फिदीफिदी हसत होती.

त्या सगळ्या बघ्याच्या गर्दीतनं राणी पुढं आली आन् खोंडाजवळ पोचली. तिनं मायेनं खोंडाच्या पाठीवरनं हात फिरवला आन् हलक्या हातानं त्याला दोन शिंगांच्या

मधी खाजिवलं. खोंड एकदम शांत झालं आन् राणीचा हात ते आपल्या खरबरीत जिभेनं चाटू लागलं. धापा टाकणाऱ्या भावड्याच्या चेहऱ्यावर एकदम हसू फुटलं, सूर्यफुलासारखं पिवळंधम्मक!

''भावड्या, उतर खाली. इंग्रजीत बोलाया, खोंड काय शाळा शिकलंय व्हय?'' असं म्हणत राणी खुदकन् हसली आन् भावड्या वरमला.

ह्यो समदा प्रकार बघणारी धुरपा म्हणाली, ''बघितलं न्हवं. म्हणाया पोरीची जात, पण दोन मिन्टात खोंड शांत केलं का नाय तिनं!''

राणीला धुरपामावशीचं बोलणं आवडलं नाय. पोरगा न् पोरगी, कशापायी येगळेपणा करतेत हे लोक? म्हणं पोरीची जात!

राणी घरी पोचली तवर चांगलंच अंधारून आलं होतं. आत शिरली तर ओसरीवर शिवादादा बसला होता. शिवादादा तिचा चुलत भाऊ. त्यो गावचा सरपंच. त्यानं राणीकडं पाह्यलं, पण त्यो कसल्याशा इचारात डुबलेला. काहीच बोलला नाय. सांजेची वेळ, पण घरात लाईट नव्हती. लोडशेडिंगमुळं लाईट रात्री आठला यायची ती कशीबशी पहाटंपतुर राह्यची. स्वैपाकघरात कसलीच हालचाल नव्हती. शेजारच्या खोलीत दप्तर ठेवून राणी हातपाय धुवायला परसदारी गेली तर रखमा भांडी घासत व्हती. शिवादादाची बायकू वैशालीवैनी पोटुशी व्हती म्हणून दोन-चार महिन्यापास्नं रखमा घरकामाला यायची. हातपाय धुवायला राणी न्हानीकडं वळताना राणीच्या कानावर आवाज पडला. रखमा आन् वैशालीवैनींची कुजबुज चालली व्हती.

''वयनीसायेब, नगा इचार करू जादा. उगी डोस्क्याला भुंगा लागतू मान्साच्या!'' रखमा बोलत व्हती, पण वैशालीवैनी कायबी बोलत नव्हती. तिचा स्फुंदल्यासारखा आवाज मात्र येत होता. म्हणजे नेमकं काय झालं होतं?

''अवो, आता दादासाहेबांची इच्छा हाय. त्येस्नी पोरगाच हवाय; पण तुम्हांला तर डॉक्टरांनी पोरगी म्हून सांगितलंय. काय इलाज हाय? म्हनत्यात त्ये तर घ्या खाली करून.'' रखमा वैशालीवैनींना समजावत होती.

'म्हणजे? प्रकार तरी काय हाय नेमका?' पण राणी हुशार, 'त' म्हणता ताकभात वळखणारी. तिच्या डोक्यात लगीच प्रकाश पडला.

वैशालीवैनी पोटुशी हाय म्हणून शिवादादा आन् वैशालीवैनी आज तालुक्याला गेलते, डॉक्टरला दाखवायला. म्हणजे शिवादादा वैनीच्या पोटातलं बाळ मुलगा हाय

का मुलगी ह्ये बघायला गेलता? आन् डॉक्टरांनी 'मुलगी हाय' म्हणून संगितलं. आता दादा ही मुलगी नको म्हणतो? म्हणजे शाळेत परवा सातपुते बाई म्हणाल्या तसलं 'स्त्री-भ्रूण हत्या' की काय?

शिवादादाला आन् वैशालीवैनीला पहिली तीन वर्षांची गोड पोर होती. राधा तिचं नाव. सगळे तिला लाडानं 'चिऊ' म्हणायचे. आन् आता दुसरीही पोरगी म्हणून शिवादादाला ती 'नकुशी' वाटते की काय?

राणीच्या लहानग्या डोक्यात संताप मावेना.

"वैनी, ऐकलंय मी सारं! तू काळजी नको करूस. मी समजावते दादाला." राणी असं म्हटली खरं; पण वैनी तिला जवळ घेऊन अधिकच रडू लागली.

"अगं, बापूसायबांनी सांगितलं तरी बधला नाय तुझा शिवादादा! तुझं कसलं ऐकायचा बाई?" रखमा बोलली.

बापूसाहेब म्हणजे राणीचे वडील. राणीच्या मनात विचार आला, असेना का, पण माझं लई डाव ऐकेल शिवादादा. त्याची किती लाडकी हाय मी!

हुरूप येऊन राणी ओसरीवर आली. शिवादादा मगासारखाच हरवल्यासारखा बसला होता.

"दादा," राणीनं हाक दिली.

"काय हाय?" शिवादादा त्रासून बोलला.

राणी शिवादादाच्या जवळ आली आन् लाडीकपणे बोलली, "दादा, ऐकलंय मी सारं, वैनीच्या पोटातलं बाळ."

शिवादादानं तिच्याकडं एकदम करवादून पाह्यलं आन् तो फिस्कारला, "अगं शेंबडे, उगी चोंबडेपणा करू नगंस. मोठ्या मानसांच्या इषयात नाक खुपसूनी लहान पोरांनी...!"

राणीच्या डोळ्यांत टचकन पाणी आलं. एवढं डाफरून तो तिला कधीच बोलला नव्हता. रात्री आईजवळ झोपल्यानंतरही तिच्या डोक्यात तोच विषय होता.

"आता काय करायचं बाई? समद्यांनी त्याला समजावलं. त्याला इस्टेटीला वारस पायजे. वंशाला दिवा पायजे. म्हनतू मी आज सरपंच हाय. मला अजून मोठं व्हायचंय. माझी गादी चालवाया पोरगा नकू." आई बोलली.

"अगं, पण या समद्या गोष्टी काय पोरगी करू शकत नाय का? पार अगदी

पंतप्रधान होतात की पोरी.''

''अगं, ते समदं खरं पण त्येला पटलं पायजे ना... तू झोप उगी. उद्या रखमा येनार नाय. भांडी, झाडलोट करूनशान शाळा गाठायचीय तुला.'' आईनं तिला गप केलं.

''आन् रखमा का येनार नाय उद्या?''

''उद्या पुनव नाय का? उद्या अनकरी आईची, आपल्या गावदेवीची मोठी पूजा असती, इसरली का? त्या तयारीमुळं उद्या तिला येळ नाय.''

गेल्या वर्षीची पुनवंची देवीची पूजा तिला आठवली. समदं गाव लोटलेलं तवा. विचार करता-करता ती झोपी गेली; पण शिवादादाचं मन कसं वळवायचं याची युगत तिला घावली होती.

दुसऱ्या दिवशी आईची मिन्नतवारी करून तिनं शाळेला दांडी मारली. घरकामाचं आन् देवीच्या उत्सवाचं निमित्त होतंच. घरकाम झाल्यावर मैत्रिणीकडे जाऊन येते, असं सांगून ती रखमाबाईच्या घरी आली. रखमाची जाऊ शांता आणि रखमाबाई दोघीही घरकामात गुंतल्या होत्या. शांताबाईंशी काहीतरी बोलून राणी घरी आली.

सांजच्याला सगळं गाव देवीच्या देवळात लोटलं होतं. गावचे सरपंच शिवाजीराव मोरेंच्या हातानं देवीची पूजा होणार होती. शिवाजीराव मोरे ऊर्फ शिवादादा कडक पोशाखात मंदिरात हजर होता. राणीचं अख्खं घर तिथंच होतं. मंदिराबाहेर परड्या घेऊन आराधिनी बसल्या होत्या. त्यात शांताबाईसुद्धा होती. मंदिरापुढची दीपमाळ दिव्यांनी तेजाळली होती. शिवादादा म्हणजे अनकरी आईचा निस्सीम भक्त. त्याच्या हस्ते देवीची पूजा झाली आन् आप्पा गुरवाच्या खणखणीत आवाजात 'दुर्गे दुर्घट भारी, तुजविण संसारी' ही देवीची आरती सुरू झाली. सारे गावकरी तल्लीन होऊन आरती म्हणत होते. टाळ्या वाजवत होते. आरती संपायला आणि गोंधळ सुरू व्हायला एकच गाठ पडली.

शांताबाई घुमू लागल्या होत्या. त्यांच्या तोंडातून 'हूं हूंहूं ऽऽऽ' असे आवाज निघत होते.

शांताबाईंच्या अंगात अनकरी आई आली, लोकांमध्ये कुजबुज झाली.

''पुजारी कुठाय? पुजाऱ्याला बोलवा.'' कोणीतरी बोलले.

राणी एका कोपऱ्यात हसत सारे पाहत होती. शांताबाई आता उभ्या राहून

चांगल्याच घुमू लागल्या होत्या. एखाद्या जादूसारखे सारे लोक खिळले होते. घुमणाऱ्या शांताबाईंच्या पायाशी बसत पुजारी बोलले, ''आई बोल, काय म्हणणं हाय तुझं?''

दुसरंच कुणीतरी बोलावं तसं शांताबाई बोलल्या, ''लई गुदमरतोय माझा जीव!''

''आई... आई... काय आझा हाय लेकरांस्नी...!'' पुजारी काकुळतीनं बोलले.

''मी नवा जनम घेणार हाय या गावात!''

''अनकरी आई अवतार घेणार हाय...!!!'' समद्या गावकऱ्यांमध्ये कुजबुज झाली.

''आई, ही तर लय आनंदाची वार्ता हाय. आई, कुठं घिनार तू नवा जन्म?'' पुजाऱ्यांनी विचारलं.

''माझ्या गाभाऱ्यापासनं दक्षिणेकडं, वडाखालच्या चौसोपी वाड्यात...'' शांताबाई कडाडल्या.

''म्हंजी सरपंचांच्या वाड्यात!!'' लोकांमध्ये कुजबुज झाली.

शिवादादा एकदम पुढे झाला. त्याचा चेहरा थरथरत होता. डोळ्यांत पाणी तरळत होतं.

''आई, माझ्या तळहातावरल्या फोडावानी काळजी वाहीन तुझी...!'' शिवादादा गदगदत्या आवाजात बोलला.

''आई, शांत हो. सरपंचांनी शब्द दिलाय.'' पुजारी बोलले.

आन् मग शांताबाईंचं घुमणं हळूहळू शांत झालं. देवीसमोरच्या मंडपात त्या बऱ्याच वेळ निपचित पडून राह्यल्या. कोपऱ्यात उभी असलेली राणी स्वतःशीच काहीतरी पुटपुटली. सगळा गाव देवळाच्या आवारात जमला होता. आप्पा गुरवाच्या डोळ्याला धारा लागल्या होत्या.

''मंडळी, लई जुलूम करून राह्यलो आपुन आपल्या लेकीबाळींवर. आरं, केवळ सरपंचाच्या घरातीलच नव्हं तर प्रत्येक घरात जन्माला येणारी लेक म्हंजी आई अनकरीचा अवतार हाय बघा. हा इसर पडला आपल्याला. डोळ्यांवर झापडं बांधली आपुन. बाबांनो, दुर्गेवाचून दुर्गतीच व्हनार आपली. शाने व्हा, बाबांनू शाने व्हा.''

आप्पा गुरवाचं बोलणं ऐकून राणीच्याही डोळ्याला धारा लागल्या. तिच्या खांद्यावर हात ठेवून शांताबाई उभ्या होत्या. राणीचा हात हळूच दाबत त्या म्हणाल्या,

''भलतीच नामी ठरली गं आपली युगत...!''

राणीच्या चेहऱ्यावर हसू फुललं, पाऊस पडून गेलेल्या रानावर ऊन पडावं तसं.

तेवढ्यात पांगणाऱ्या गर्दीतनं आप्पा गुरव एकदम राणीच्या पुढ्यात येऊन उभं राह्यलं. राणी एकदम हबकलीच... तिला वाटलं....

आजूबाजूला कुणी नाही याचा अंदाज घेत आप्पाच बोललं, ''पोरी, ऐकलंय मी सारं! वळखलं मी...! लई उन्हाळं-पावसाळं पाह्यल्याती या म्हाताऱ्या डोळ्यांनी.''

राणी एकदम वरमली.

''मला माफी करा, आप्पा!'' ती कसंबसं बोलली, ''शांताबाईच्या अंगात देवी...''

''अगं, कसलं अंगात येणं न कसलं काय, खुळी श्रद्धा हाय नुसती!''

''तरी पन...''

''अग कसलं पन नि बिन! तू एक नंबरी काम केलंयास बये. अगं, पोरालाच वंशाचा दिवा मानणं तरी काय हाय... खुळी श्रद्धाच की!''

राणीचा चेहरा हरखला.

''अगं, रानच्या वाटंला पायात काटा खुदल्यावर मानूस काय करतूया? जवळ ना सुई, ना लाचकान!'' आप्पा हासत बोललं, ''बाभळीचा दुसरा टणक काटा घिऊनच कुनी बी काढतू न्हवं, पायात खुदलेला काटा? तू तरी दुसरं काय केलंया?''

'खरंच की!' राणीच्या डोक्यात एकदम लोडशेडींग संपल्यागत झालं, 'म्हंजी मी काट्यानं काटा काढला', ती मनातल्या मनात पुटपुटावी तसं बोलली.

''नाय तर काय, तू एका खुळ्या श्रद्धेनं दुसरी खुळी श्रद्धा दूर केली, अख्ख्या गावाच्या खुळ्या डोक्यातनं!''

आप्पांनी तिच्या डोईवरनं मायेनं हात फिरवला आन् राणीला आभाळं ठेंगणं झालं!

फूटपट्टी

''शाम्या, अरे, वाईट बातमी आहे. गेल्या घटक चाचणीत तुला भोपळा मिळाला होता, भोपळा...! पण या वेळी काय भोपळ्याची भाजी करायची संधी नाही बाबा तुला...!'' बिडवे सरांनी शामचा दुसऱ्या घटक चाचणीचा पेपर सगळ्या वर्गासमोर नाचवत सांगितले.

''या वेळी तू भोपळा फोडलास, लेका. चक्क सात मार्क, तीस पैकी...!''

शाम्या एकदमच हिरमुसला. या वेळी त्याने मन लावून अभ्यास केला होता. शाळा सुटल्यावर तो तासभर बिडवे सरांकडे थांबे आणि न जमणारी गणितं समजावून घेई. शून्यावरून सातवर तो आला होता; पण ती वर्गसमीकरणं आणि एकसामाईक समीकरणं त्याला अजूनही छळत होती.

सर म्हणायचे, ''काळजी करू नको शाम्याऽऽ, ये गणित कौनसी बडी बात है... हा ओढाही आपण पोहून जाऊ.'' मग त्याला अभ्यास करायला हुरूप येई. तो रोज चार-पाच किमी सायकलींग करत शाळेला येई. शेतातल्या कामात वडिलांना मदत करे आणि तरीही न दमता बिडवे सरांसोबत गणिताचा पाठलागही करे.

खरं तर त्याचं नाव शामसुंदर महिपती लोंढे.

पण शाळेतल्या पोरांना आन् शिक्षकांनासुद्धा एवढं भलंमोठं नाव घ्यायला कुठला वेळ असायला. सगळे त्याला शाम्याच म्हणायचे. शाळा तर शाळा, घरातले

समदे बी त्याला शाम्या म्हणूनच हाक मारायचे.

''शाम्या'च म्हणायचं हुतं त ह्ये भलं थोरलं नाव तरी कशाला ठेवायचं म्हनतू मी?' कधीकधी त्याच्या मनात विचार यायचा. खरं तर त्यालासुद्धा त्याचं नाव शामसुंदर आहे, हे शाळेच्या हजेरीपत्रकातूनच कळलं होतं.

बिडवे सरांनी पुढचा पेपर घेतला.

''नीलेश रत्नाकर खाटमोडे... तीस पैकी तीस मार्क...''

नीलेश त्याच्या शेजारीच बसला होता. तो मोठ्या रुबाबात सरांकडे गेला आणि त्याने आपला पेपर घेतला.

''ही नीलगाय काय पैला नंबर सोडायला तयार नाय बाबा.'' सरांनी गमतीनं म्हटलं आणि सारा वर्ग हसला. बिडवे सरांना पोरांना काही ना काही टोपण नावं ठेवण्यात खूप मजा वाटे. नीलेशला ते गमतीनं 'नीलगाय' म्हणत.

नीलेश तोऱ्यातच शाम्याच्या शेजारी येऊन बसला. त्याने मुद्दाम शाम्याच्या पेपरकडे नजर टाकली आणि मग स्वतःच्या पेपरकडे!

तो हळूच शाम्याला खिजवत म्हणाला, ''अरे, वो सत्ते पे सत्ता, कैसा है हमारा पत्ता! तीसपैकी तीस... आन् तू भोपळा खिस...!''

शाम्याला खूप कसंतरी वाटले. निराश होऊन तो खिडकीतून बाहेर पाहू लागला. सारं आभाळ काळवंडलं होतं... सर्वेशाम झालं होतं. सर्वत्र ढगाळलेल्या आभाळाला पाहून त्याची आजी हा शब्द वापरायची 'सर्वेशाम'...! आन् मग मायेनं त्याचा गालगुच्चा घ्यायची...!!

दोन दिवसांपासून पाऊस सुरूच होता. अंगाला गारठा जाणवत होता. समोरच्या भिंतीवर शाळेचा खूप जुना, पुसट झालेला बोर्ड लटकलेला दिसत होता. नेताजी सुभाष विद्यालय, केतूर. शाळेला नीट इमारत नव्हतीच तशी. गावातल्या लोकांनी वीसेक वर्षांपूर्वी सुरू केलेली शाळा... पण शाळेला स्वतःची इमारत नव्हती. शाम्याचा हा नववीचा वर्ग खंडेराव पाटलांच्या जुन्या कौलारू घरात भरे. पावसाळ्यामुळे आजूबाजूला भरपूर गवत वाढलेलं होतं. उघडीप झाली की समाजसेवेच्या आणि खेळाच्या तासाला हे गवत काढण्याचं काम पोरांना करावं लागं. समोरची सारी झाडं पावसानं ओलीचिंब झाली होती आणि पंख दुमडून बसलेल्या पाखरासारखी आपापली पानं मिटून बसली होती. शाम्याला आपणही आतून गारठलो आहे, असं

वाटू लागलं. नीलेशने चिडवल्यामुळे तो खट्टू झाला होता. तेवढ्यात नीलेश पुन्हा जोशात येऊन तेच वाक्य म्हणाला, ''अरे, शाम्या इकडे बघ, तीसपैकी तीस, आन् तू भोपळा खिस...!!'' या वेळी अगदी खिसण्याची ॲक्शन करत नीलेश बोलला.

नीलेश शाम्पयाला काहीतरी चिडवतो आहे, हे बिडवे सरांच्या लक्षात आलं.

''नीलगाय, काय चाललंय तुझं? शाम्याला काय खिसायला सांगतोयेस...?'' सरांनी जरा दरडावतच विचारलं.

''भोपळा...!!!'' मागच्या बाकावरल्या गणपानं मोठ्यानं सांगितलं आणि सगळा वर्ग ढगांच्या गडगडाटीसारखा हसला.

सारा प्रकार सरांच्या लक्षात आला.

''नाही, नाही, सर. कुठं काय? काही नाही.'' नीलेश लपवाछपवी करू लागला.

बिडवे सर गंभीर झाले. त्यांनी हातातील पेपर बाजूला ठेवले.

''मला पडले तीसपैकी तीस आणि तू भोपळा खिस.'' बिडवे सर नीलेशच्या टोनमध्ये म्हणाले आणि सारा वर्ग हसू लागला.

''खोटं बोलू नको नीलगाय, मी ऐकलंय सारं.''

''नीलगाय, तू वर्गात पहिला आहेस आणि त्याचा आम्हां सर्वांना अभिमानच आहे. पण वेड्या त्याचा गर्व करू नकोस.'' बोलत-बोलत बिडवे सर नीलेशच्या जवळ आले होते.

परत बोर्डकडे जाता-जाता ते म्हणाले, ''अरे, आपल्याला परीक्षेत जास्त मार्क मिळतात, याचा अर्थ काय होतो?'' त्यांनी पुन्हा गणपतकडे बोट केलं.

''सर, याचा अर्थ आपण हुशार आहोत, आपल्याला चांगली बुद्धी आहे.'' गणपत बोलला.

''अरे, पण या बुद्धिमत्तेचे अनेक भाग आहेत. ते सारे या परीक्षेतून कळतात का?''

सर काय बोलताहेत ते पोरांना नीट कळत नव्हतं.

''अरे, हा आमचा शाहीर संजय चौधरी,'' सरांनी पुढच्या रांगेत बसलेल्या संजयच्या डोक्यावर टपली मारली, ''कसा खणखणीत आवाजात पोवाडा गातो. त्याचं या परीक्षेत मोजमाप करता येतं का?''

''नाहीऽऽ,'' पोरं मोठ्यानं म्हणाली खरं; पण पोवाडा आणि परीक्षेचा काय

संबंध, असं मोठं प्रश्नचिन्ह त्यांच्या चेहऱ्यावर दिसत होतं.

''अरे, ही बुद्धिमत्ता म्हणजे केवळ परीक्षेतील मार्क नव्हेत... बुद्धिमत्ता म्हणजे आपल्या भवतालाशी, परिस्थितीशी समायोजन करण्याची क्षमता.'' पोरं पुरती बावचाळली होती.

''आता आपला सरडा बघा. तो काय करतो? आपल्या आवतीभोवतीच्या भवतालानुसार आपला रंग बदलतो. पण प्रत्येक वेळी नुसतं परिस्थितीनुसार स्वतःत बदल करून चालत नाही. कधीकधी परिस्थितीवर कुरघोडी करायचीपण तयारी करावी लागते.''

''म्हणजे कसं सर?'' भागवतने विचारलं.

''अरे, परवा मेळ्याच्या ओढ्याला पाणी आलं होतं, तर आपला शाम्या कसा आला शाळेत?'' सरांनी विचारलं.

''डोक्याला कापडं – दप्तर गुंडाळून पोहत आला की नाही पठ्ठ्याऽऽ'' सरांनीच उत्तरही दिलं. ''अरे, हीसुद्धा बुद्धिमत्ताच आहे. समस्येवर, कोणत्याही अडचणीवर कल्पकतेनं मात करणं म्हणजे बुद्धिमत्ता...!''

पोरांना आता थोडं-थोडं डोस्क्यात घुसायला लागलं होतं.

''शाळेतील परीक्षा कधीतरी असते; पण रोज आपली परीक्षा सुरूच असते आणि या रोजच्या परीक्षेत पर्याय नसतात. 'खालीलपैकी कोणतेही पाच प्रश्न सोडवा', असलं काही नसतं बरं का, या रोजच्या परीक्षेत...! घरात आई आजारी असेल तर तिचं दुखलंखुपलंही बघावं लागतं, धाकट्या बहिणीची वेणीफणीही करावी लागते. खतरूड बिडवे सरांनी दिलेला होमवर्कही करावा लागतो आणि एवढं सारं करून वेळेत शाळाही गाठावी लागते. यापैकी कोणतीही दोन कामं करा, असं म्हणून चालत नाही. बरोबर आहे की नाही, संगूताई?'' बिडवे सर संगीता कनिचेला उद्देशून म्हणाले.

सर एवढं छान बोलत होते; पण नीलेश फुरंगटून बसला होता. त्याला काही सरांचं म्हणणं पटत नव्हतं. लागोपाठ दुसऱ्या चाचणीत पैकीच्या पैकी मार्क मिळाल्याने तो जाम खूश होता.

''थोडक्यात काय बाबांनू, आपल्या बुद्धिमत्तेचे अनेक पैलू आहेत. मोजमाप करायची फूटपट्टीपण वेगळी. आपल्या परीक्षेची फूटपट्टीच वेगळीय... पेपरात या

सगळ्याच हुशारीचं मोजमाप करता येत नाही, बाबा लोकहो! तेव्हा नीलगाय गर्व नको. कारण...''

''गर्वाचं घर खाली.'' सगळा वर्ग मोठ्यानं म्हणाला.

आणि त्याच वेळी कौलारातून काहीतरी खाली पडले. नेमके नीलेशच्या पुढ्यात... धप्पकन आवाज आला.

''सर, स्स्सापऽऽऽ,'' नीलेशची बोबडीच वळली.

त्याच्यासमोर पाच-सहा फूट लांब साप वेटोळे घालून पडला होता. त्याचा गणिताचा पेपर बेंचवरून खाली पडला होता.

बिडवे सरही घाबरून गेले. पुढच्या बाकावरील पोरं-पोरी काही कळायच्या आत वर्गाबाहेर पडली होती. आणि नीलेशच्या बाकाजवळ असलेल्या खिडकीतून घडत असलेला प्रकार पाहत होती.

तेवढ्यात सापानं हालचाल केली आणि आपला डोक्याकडील भाग उचलून इकडेतिकडे पाहिलं.

''नागऽऽऽ,'' खिडकीत उभ्या असलेल्या मुलींपैकी कोणीतरी घाबरून बोललं.

नीलेश आपल्या बाकाशेजारी घामाघूम होऊन उभा होता.

'नववीच्या वर्गात जनावर निघालंय,' ही बातमी तोवर रस्त्यावर जाऊन पोहोचली आणि आजूबाजूच्या बघ्यांनी खिडकीत गर्दी केली.

''ह्ये बघताय काय मर्दांनू, एक निबार काठी आणा. एका घावात उताणा करतू ह्येलाऽऽ'' कुणीतरी म्हणालं

''थांबा,'' शाम्या जोरात

ओरडला. शाम्याने एक वेळ सापाकडे बारकाईनं पाहिलं आणि कोणाला काही कळायच्या आत तो पुढं सरसावला आणि डोळ्यांचं पातं लवतं ना लवतं तोवर त्यानं आपल्या हातात साप पकडला.

''अरे, शाम्याऽऽऽ,'' बिडवे सर घाबरेघुबरे झाले होते, ''अरे, काय करतोस? नाग आहे तो.''

शाम्या वर्गाच्या पुढल्या बाजूला गेला आणि आपण पकडलेला साप सगळ्यांना दाखवत म्हणाला, ''घाबरू नका. धामण आहे ही. नागासारखी दिसते; पण बिनविषारी आहे ही!''

''अरे, पण पकडलीस कशाला? मारून टाक.'' गर्दीतील कुणीतरी म्हणालं.

''अरे, मारता कशापायी? साप शेतकऱ्यांचा खरा मित्र हाय. आरं, ही एक धामण वर्षाला साठ-सत्तर उंदरं खातीया.''

''अरे, पण तुला कसं कळलं ही धामण आहे म्हणून?'' बिडवे सर अजूनही धक्क्यातून बाहेर आले नव्हते.

''सर, आमच्या वस्तीवर सारखं साप निघत्यात. देलवडीचा खान चाच्याचा अशर हाय ना, तो सर्पमित्र म्हणून काम करतू. त्यानं आमच्या वस्तीवरल्या काही पोरांचं ट्रेनिंग घेतलंया. आता आम्हांला 'सर्पमित्र' म्हणून ओळखपत्र बी मिळणार हाय. या सापाचं टोकदार शेपूट आन् छोटंसं तोंड बघून ही धामण हाय, हे माझ्या तवाच ध्यानात आलं.'' शाम्या उत्साहाने सांगत होता.

''बाप रे, पण चांगली सात-आठ फूट लांबी असेल रे याची?'' बिडवे सर म्हणाले.

''आता याची नेमकी लांबी मोजायला फूटपट्टी कुठून आणायची, सर?'' गर्दीतील कुणीतरी बोललं. त्या तशा वातावरणातही थोडासा हशा पिकला आणि नीलेशला वाटलं, या शाम्यासाठीसुद्धा नवी फूटपट्टी आणावी लागेल...!!

त्यानं पाहिलं, चुरगळलेल्या अवस्थेत त्याचा गणिताचा पेपर बाकाखाली पडला होता.

करंट

''हॅलो डॅडी,'' इंडियातून जिया बोलत होती. देवेंद्रचं मन एकदम हळवं झालं. त्याने घड्याळात पाहिलं, ब्राझीलच्या वेळेनुसार पहाटेचे चार वाजले होते म्हणजे तिकडे भारतात सकाळचे अकरा-साडेअकरा झाले असणार.

''बोल बेटा,'' देवेंद्र बोलला. फुलपाखरांसारखी जिया त्याच्या आवतीभोवती नाचते आहे असं वाटलं त्याला. त्याने आपल्या हॉटेलच्या खिडकीतून बाहेर पाहिलं आणि त्याला 'ख्राइस्ट द रीडीमर' - रिओमधला दोन्ही बाहू पसरून जगाला कवेत घेऊ पाहणारा येशूचा भव्य पुतळा दिसला.

''डॅडी, आय टॉप्ड द क्लास. नाऊ इट्स युवर टर्न,'' जियां डॅडला आठवण करून दिली आणि त्याला सारं आठवलं. तो रोज भालाफेकीच्या सरावाकरिता मैदानावर जाताना त्याची लिटल डॉल पाच-सहा वर्षांची जिया त्याच्यासोबत असायची. डॅड जोरदार सराव करताना ती पाहत राहायची. त्याचं ते डौलात पळत येणं, उजव्या हातात पेललेला भाला आणि भाला फेको करताना वेग हलकेच कमी करून डॅड एक गोड गिरकी घ्यायचा, ती तिला फार आवडायची.

ती त्याच्या कोचचं आणि त्याचं बोलणं ऐकायची.

''देवेंद्र, या वेळी मेडल नक्की..!''

देवेंद्र अविश्वासाने कोचकडे पाहायचा. 'तब्बल बारा वर्षांचा गॅप पडलाय.

मागच्या दोन्ही पॅरालिम्पिक स्पर्धा आपण नाही खेळू शकलो,' त्याच्या मनात यायचं मग कोच त्याला यु-ट्यूबवरून भालाफेक शिकून पॅरालिम्पिकमध्ये सिल्वर मिळवलेल्या खेळाडूची गोष्ट सांगत राहायचा.

"जस्ट इमॅजिन. नो कोच, नथिंग. यु-ट्यूबवरून भालाफेक शिकला आणि सिल्वर मेडल.''

एके दिवशी सरावावरून परतताना जिया त्याला म्हणाली, "डॅड, हम दोनो एक डील कर लेते है...'' देवेंद्रने तिच्याकडं प्रश्नार्थक नजरेनं पाहिलं.

... तर ती चिमुरडी म्हणाली, "डॅड, आय विल टॉप माय क्लास धिस इयर अँण्ड यु हॅव टू विन गोल्ड मेडल. डिल ऽऽ पक्का!''

त्याला एकदम हसू आलं. लोअर केजीला वर्गात पहिलं येणं आणि पॅरालिम्पिकमध्ये गोल्ड मेडल जिंकणं असं हे डिल होतं. त्याला जाम हसू आलं, जियाचा गालगुच्चा घेत तो म्हणाला, "येस ये डिल पक्का!''

आणि आता ती चिमुरडी आपण आपल्या वर्गात टॉप आल्याचं सांगत होती. आता उसकी बारी थी. त्यानं फोन ठेवला पण देवेंद्रच्या मनात पुन्हा ती आग लागली.

...मग त्याला राजस्थानातलं त्याचं छोटंस गाव आठवलं.

चुरू जिल्ह्यातलं ते चिमूटभर गाव. वाळवंटी प्रदेश सारा. पण त्याच्या गावात लहरणारी बाजरीची हिरवीगार शेतं आणि हरभरा आठवला आणि तो लहान पोर झाला. इतका उनाड होता तो... घरात दोन मिनिटं ठरायचा नाही. गावाबाहेर असणाऱ्या त्याच्या शाळेच्या मैदानावर मित्रांसोबत तासन्तास खेळत राहणं. आई त्याला शोधून-शोधून दमायची बिचारी. पिताजी की बात और ही थी. ते घरी असले म्हणजे अगदी देवासारखा चिडीचूप.

मग आई ओढणीआड चेहरा लपवून हसायची.

"देखो, देखो, आज कैसे अच्छा लडका बन के बैठा है देवा,'' आई म्हणायची. पण काही वेळच. पिताजी शेताकडे वळले की हा धूम्मऽऽ पळालाच गावभर.

तो तिसरीला होता तेव्हाची गोष्ट. क्रिकेटची मॅच रंगात आली होती. त्याच्या वर्गातला राकेश बॅटिंग करत होता. राकेश एकदम दुबला-पतला पोरगा. शॉट मारणं तर दूरच, त्याला ती बॅटही नीट झेपत नव्हती. पोरं त्याला चिडवत होती, "अबे! तू

क्या बॅटिंग करेगा? बल्ला तो तुझ से संभाला नहीं जा रहा है.''

राकेश जीव खाऊन बॉल मारण्याचा प्रयत्न करत होता पण त्यानं बॅट उचलेपर्यंत बॉल विकेटकीपरच्या हातात जात होता आणि सगळी पोरं जाम हसत होती. राकेश त्या चेष्टेने अगदी चिडला होता. त्याचा चेहरा रडवेला झाला होता. या साऱ्यांना आपला खणखणीत शॉट दाखवूच आपण, असं राकेशनं मनोमन ठरवलं आणि पुढचा बॉल त्यानं असा काही जोरात मारायचा प्रयत्न केला, की तो मागे जाऊन स्टंपवर जोरात पडला आणि बॅट त्याच्या हातातून निसटून हवेत भिरकावली गेली. एवढं होऊनही चेंडूचा आणि बॅटचा स्पर्श झालाच नाही. चेंडू ऑज युज्वल विकेटकीपरच्या हातात लोण्याच्या गोळ्यासारख्या जाऊन स्थिरावला. पण राकेशच्या हातातील बॅट निसटून नक्की कुठं गेली, हे अनेकांच्या लक्षातच आलं नाही. चेंडूऐवजी बॅटच गायब झाल्याचे पाहून आणि स्टंपवर पडलेल्या राकेशला पाहून पोरं अक्षरशः ग्राउंडवर गडाबडा लोळून हसत होती. राकेशचा चेहरा बघण्यासारखा झाला होता. तो बिचारा आपली पाठ चोळत कसाबसा उभा होता.

''अरे, लेकिन बल्ला कहां गायब हुआ?'' कुणीतरी ओरडलं.

''अरे, वो देख बल्ला उधर,'' देवेंद्र म्हणाला. पोरांनी वर बघितलं तर मैदानाच्या कोपऱ्यात असलेल्या झाडाच्या फांदीत बॅट अडकून पडली होती.

पोरांनी झाड हलवून बॅट खाली पाडायचा प्रयत्न केला. कुणी बॅटला दगड मारली पण बॅट जागची हलायला तयार नव्हती. पोरं दमली पण बॅट काही खाली येईना.

''साला! इस राकेश को ना लेनाही नहीं चाहिये खेलने को,'' राजेश बोलला.

''रहने दो यार, मैं अभी निकालता हूं बल्ला. कौनसी बडी बात है उस में,'' असं म्हणत देवेंद्र बघता-बघता त्या हिरव्यागार लिंबाच्या झाडावर चढला. खालच्या फांदीवर उभा राहून त्यानं ज्या फांदीवर बॅट अडकली होती त्या दिशेने आपला डावा हात उंचावला आणि काय होतंय ते त्याला क्षणभर कळलंच नाही. प्रचंड ताकदीचा विजेचा लोळ त्याच्या डाव्या हातातून सळ्ळकन सरकत गेला आणि प्रचंड वेदनेनं देवेंद्र मोठ्यांनं किंचाळला. त्या झाडातून जाणाऱ्या विजेच्या तारेला त्याचा डावा हात लागला होता. त्याला जोराचा शॉक बसला होता. खालच्या फांदीवरून त्याचा उजवा हात निसटला आणि तो जोरात खाली फेकला गेला. सगळी पोरं घाबरून गेली.

देवेंद्र अगदी निपचित पडला होता. पोरांना वाटलं, हा बहुतेक गेला. पण देवेंद्रचे नशीब बलवत्तर म्हणून तो वाचला; पण त्याचा डावा हात मात्र विजेच्या धक्क्यामुळे त्याला कायमचा गमवावा लागला. आपला हट्टाकट्टा पोर असा अचानक हात गमावून बसला, हे पाहून आईला तर भडभडून आलं. पण लेकरासमोर रडायचं तरी कसं? आई खंबीरपणे त्याच्या मागे उभी राहिली.

इलेक्ट्रिक शॉकच्या धक्क्यातून तो सावरला. त्याचा डावा हात कापावा लागला. बरा होऊन तो गावी आला; पण आता दोस्त-कंपनीचा एक वेगळाच अनुभव तो घेत होता. गावातल्या क्रिकेट टीमचा तो ऑल राउंडर होता; पण आता पोरं त्याला टीममध्ये खेळायला घेईनात. एकदा तर त्याला ऐकू जाईल अशा मोठ्या आवाजात जितेंदर बोलला, ''अरे, या खुळ्प्याला टीममध्ये घेऊन काय करणार? बेकार में एक प्लेअर कम लेकर खेलेंगे क्या?'' त्याला खूप वाईट वाटलं. तो वेड्यासारखा पळत- पळत घरी आला. दारात पिताजींचा बांबूचा अणकुचीदार भाला पडला होता. त्यानं रागारागानं तो उचलला आणि जीव खाऊन भिरकावला. दूरवरच्या झाडाच्या बुंध्यात तो घुसला आणि बराच वेळ थरथरत राहिला. मागून टाळ्यांचा जोरात आवाज आला. पाहतो तर अंगणात आई आणि त्याचे स्पोर्टसचे परबत सिंग सर उभे होते आणि ते दोघंही टाळ्या वाजवत होते.

''क्या जोर से फेका है जॅवेलिन...! वाह... बहोत खूब!,'' सर म्हणाले आणि त्यांनी भालाफेक म्हणजे जॅवेलीन थ्रोच्या शाळेच्या स्पर्धेसाठी चांगली तयारी करायला देवेंद्रला सांगितले. आईच्या डोळ्यांत पाणी चमकत होते. आणि मग त्याचा भालाफेकीचा रोजचा सराव सुरू झाला. खुद्द आई त्याला प्रोत्साहन देत होती. आंतरशालेय स्पर्धेत त्याने जिल्ह्यात पहिला क्रमांक पटकावला. तेव्हाच रिपुदमन सिंग सरांनी त्याचं भालाफेकीचं कौशल्य पाहिलं आणि त्यांनी ओळखलं, या पोरात स्पार्क आहे. त्यांनी देवेंद्रला जवळ घेतलं आणि म्हणाले, ''अरे, कुठं शिकलास एवढं? इलेक्ट्रिसिटी की करंट जैसा जॅवेलिन फेकता है तू!''

देवेंद्र हलक्या आवाजात, पण ठामपणे म्हणाला, ''सर, जब से एक हाथ से इलेक्ट्रिक का तार पकडा है तब से शरीर से एक करंट सा दौडता है.''

रिपुदमन सिंग हलकेच हसले. परबत सिंग सरांनी त्यांना देवेंद्रची सगळी कहाणी सांगितली. त्याला बसलेला लाईटचा शॉक, त्यातूनही त्यानं न डगमगता उभं राहणं,

ते सारं ऐकून रिपुदमन सिंग प्रभावित झाले होतेच. पण तरीही देवेंद्रची परीक्षा घ्यायची म्हणून ते त्याला मुद्दाम म्हणाले, ''मैं जॅवेलिन का कोच हूँ बेटा. मेरा स्टुडंट बनना पसंद करोगे?''

''सर, मेरा सौभाग्य है.''

''पर तुम तो इतना बेहतरीन जॅवेलीन थ्रो करते हो, तुम और क्या सिखना चाहोगे, छोटे दोस्त?'' त्यांनी मुद्दाम विचारले.

क्षणाचाही विलंब न लावता देवेंद्र म्हणाला, ''सर, मैं दुनिया में सबसे तेज जॅवेलीन थ्रो करना चाहता हूँ... सबसे तेज!''

देवेंद्रच्या डोळ्यांत एक चमक होती. रिपुदमन सिंगांमधल्या शिक्षकाने ती चमक बरोबर हेरली आणि त्यांनी या पोराला आपलं शिष्यत्व बहाल केले.

मग देवेंद्रने मागं वळून पाहिलं नाही. मग हा करंट दक्षिण कोरियाच्या आंतरराष्ट्रीय अॅथलिटिक स्पर्धेत जाऊन धडकला. दिव्यांगांसाठी विशेष ऑलिम्पिक स्पर्धांचं आयोजन करण्यात येतं. त्याला पॅरालिम्पिक म्हणतात. २००४च्या अथेन्स पॅरालिम्पिकमध्ये देवेंद्र झांजरियाला भालाफेकमध्ये सुवर्णपदक मिळालं. पण त्यानंतरच्या दोन्ही स्पर्धांमध्ये देवेंद्र भाग घेऊ शकला नाही.

आणि आता २०१६मध्ये होणाऱ्या ब्राझीलच्या राजधानीत रिओमध्ये देवेंद्र पुन्हा सहभागी होत होता. जियाचा फोन कानात गुंजत होता. 'डॅडी, आय टॉप्ड द क्लास. नाऊ इट्स युवर टर्न,' आणि विजेचा प्रवाह अंगात शिरल्यासारखा तो धावत सुटला, भाला फेकताना थोडासा मंदावत त्यानं गिरकी घेत भाला फेकला आणि 'ओ माय गॉडऽ' त्यानं स्वतःचंच रेकॉर्ड ब्रेक केलं होतं. तो दुसऱ्यांदा गोल्ड मेडल जिंकत होता. असं करणारा पहिला भारतीय ठरला होता तो...!

टीव्हीवरून डॅडची भाला फेकतानाची गोल गिरकी पाहताना जिया ओरडली, ''येस डॅड! यू केप्ट युवर प्रॉमीस! तू खरा केलास तुझा शब्द!''

त्यानं सुवर्णपदकाचं चुंबन घेतलं आणि भारतीय राष्ट्रगीत वातावरणात निनादत असताना त्याला आपल्या गावातलं बॅट अडकलेलं ते लिंबाचं झाड आठवत राहिलं बराच काळ... आठवली मागं उभी असलेली आई... आणि चैतन्याचा एक कल्लोळ त्याच्या अंगभर खेळत राहिला.

सेल्फ कॉल

परेशनं डोळे चोळत आपली मान उशीवरून उचलली आणि शेजारी पडलेला मोबाईल हातात घेतला. स्क्रीन उजळला. परेश जागा झाल्याची ही खूण होती. त्याच्यासोबत त्याच्या स्मार्टफोनचा पडदाही जागा होई.

'नाऊ फ फ फ'वर पन्नासेक मेसेज येऊन पडले होते. सकाळ होऊन अजून तासभरही झाला नव्हता, तोवर परेशच्या क्लासमधल्या सगळ्यांचे व्हॉट्सअॅप सुरू झाले होते. परेशनं आलेले मेसेज पाहायला सुरुवात केली. बरेचसे 'गुड मॉर्निंग'वाले नेहमीचेच होते. स्नेहलनं बेडवरील आपली आळसावलेली छबी सेल्फी स्वरूपात पोस्ट केली होती; तर शुभमनं वेड्यासारखं ब्रश करतानाचा आपला सेल्फी टाकला होता. फोटोखाली खणखणीत, बोल्ड 'गुड मॉर्निंग'. हा शुभम ना एकदम बावळटंय! कसले फोटो टाकतो. ब्रश करताना कसले फोटो टाकायचे? परेशला हसू आलं.

विंट्यानं एक जोक पोस्ट केला होता...

"आईच्या भावाला इंग्रजीत काय म्हणतात?" मास्तरनं विचारलं.

"आय ब्रो," गण्यानं उत्तर दिलं.

मास्तर शॉक्ड, गण्या रॉक्ड!

खाली पुन्हा...

नया है यह, फॉरवर्ड करो.

कसला नया रे, मिनिमम दहा वेळा तरी वाचलाय ट्युशन आणि निरनिराळ्या ग्रुपवर. आणि म्हणे – 'नया है यह...' काहीतरी पीजे टाकतो आणि म्हणे फॉरवर्ड करो...!

परेश अजून कितीतरी वेळ व्हॉट्सअॅप पाहतच राहिला असता, त्याला स्वतःला काही पोस्ट करायचे होते. पण तेवढ्यात मॉमचा आवाज कानावर आला,

''परेश, आता उठशील की तसाच लोळत राहशील, व्हॉट्सअॅप बघत.''

परेशच्या कपाळावर आठी पडली. मॉमची ही नेहमीची कटकट आहे. पण नेहमीप्रमाणे त्याने मॉमची चिडचिड इग्नोर केली. बिहारच्या एका टॉपरचं (?) डोळे आल्याने सुट्टी मागण्याकरिता लिहिलेलं अफलातून इंग्रजी पत्र त्याला सापडलं होतं. हे पत्र कधी एकदा ग्रुपवर टाकतो, असं त्याला झालं होतं.

मॉमच्या बोलण्याकडे दुर्लक्ष करत त्यानं ते पत्र कॉपी केलं आणि आपल्या क्लासच्या ग्रुपवर पेस्ट केलं –

To,

The Head Master,

Oxford High School,

Champaran.

Subject : Application for my eye coming so I am not coming.

Dear Sir,

I am not coming to school as my eyes have come. If I come with my coming eyes then your eyes will come, you will not come. But still if you come with your coming eyes, all schools eyes will come and all will not come.

I will come back when my coming eyes will go all will come without their eyes coming.

Yours Sincerely,

Lallan,

Bihar Topper (JJJ)

लगेच हे मजेशीर पत्र आवडल्याचे अंगठे उमटू लागले. तसा परेशचा चेहरा खुलला. ग्रुपवरील पोरापोरींना लल्लन पत्र आवडलं होतं.

''अरे, लल्लनला Conjunctivitis शब्द कोणीतरी शिकवा रे.'' महेशनं आपलं
ज्ञान पाजळलं.

"I Love Lallan," जान्हवीनं लिहिलं.

''जानू, थँक यू...!'' परेशनं रिप्लाय दिला.

''परेश, आता उठशील का?'' मॉमचा पुन्हा आवाज आला. मॉमचा आवाज
आता अधिक करडा झाला होता. तो पटदिशी उठला. त्यानं त्याच्या स्मार्टफोनवर
एफएम सुरू केलं. 'सुलतान'मधली गाणी बॅक टू बॅक सुरू होती. त्याचा मूड खुलला.
गाणी ऐकत-ऐकत तो ब्रश करू लागला. आरजे संग्रामची बडबड सुरू झाली.
त्याच्या बोलण्याची वेगळी स्टाईल त्याला जाम आवडायची.

''अरे, सकाळची वेळ आहे. या वेळी कोणती गाणी लावावी?'' मॉम तोंडातल्या
तोंडात पुटपुटली. संग्रामच्या आवाजापुढे परेशला तर दुसरं काही ऐकूच येत नव्हतं.
मानेला हिसके देत त्याचं दात घासणं सुरू होतं.

☙

स्कूलबस सादीलबाबा चौकात सिग्नलला थांबलेली. महेश समोरच्या बिल्डींगकडे
हात करत म्हणाला, ''ही बिल्डींग पाहिली का? फार मोठा बिल्डर आहे हा.
विमाननगरला आणखी चार कामं चालू आहेत त्याची. कसला पैसाय? बीएमडब्ल्यूतून
फिरतो राव.''

''त्याचं जाऊ दे, राव. इथं नेट पॅक संपलंय दोन दिवस झाले. डॅडी पैसे द्यायला
तयार नाहीत.'' सुबोध म्हणाला.

बसमध्ये पोरं धुडगूस घालत होती. एकमेकांच्या खोड्या, मस्करी सारं काही
सुरू होतं. तेवढ्यात एक म्हातारी अंगावरल्या फाटक्या लुगड्यासह मागच्या दाराशी
येऊन भीक मागू लागली.

दाराशी उभा असलेला महेश त्या म्हातारीसमोर हात पसरत वाकुल्या दाखवत
म्हणाला, ''आम्हांलाच दे पैसे तुझ्याकडे असतील तर...! आम्हांला पेप्सी प्यायचीय.''

सुबोध म्हणाला, ''मला पण दे पैसे मला नेटपॅक टाकायचंय.''

सगळी पोरं खिकाळली. परेशलाही हसू आलं आणि म्हातारी कसनुशी होऊन
पुढं गेली.

एक जण बोलला, ''अरे, हे भीक मागायचा धंदा करतेत. मुद्दाम फाटके कपडे घालून रस्त्यावर फिरतेत.''

बसवाल्या कदमकाकांचा चेहरा काळवंडला.

❧

''महात्मा युज्ड टू फॉलो हिज इनर व्हॉईस. महात्माजींचा त्यांच्या आतल्या आवाजावर विश्वास होता.'' इंग्लिशचे नवले सर शिकवत होते.

''आतला आवाज...??'' वर्गात एकच कुजबुज झाली.

सुबोध महेशला म्हणाला, ''तू त्या मॅक्डीमधलं मॅकग्रील चिली बर्गर खाऊन येतोस आणि तुझा आतला आवाज आम्हांला ऐकवतोस.''

आणि मागच्या बेंचवर एकच खसखस पिकली.

सरांनी मागच्या रांगेतल्या पोरांकडे रागानं पाहिलं आणि हातानेच गप्प बसायची खूण केली, तसा हसण्याचा आवाज कमी झाला.

''सर, संकेत विचारत होता, बट सर, हाऊ वॉज ही एबल टू लिसन हिज इनर व्हॉईस? असा आपला आतला आवाज ऐकणं प्रत्येकाला शक्य आहे का?''

''हे संक्या स्वतःला लै स्कॉलर समजतो. काईतरी विचारत राहतो.'' विनीत कुजबुजला.

''नवले सरांवर इंप्रेशन मारायचा प्रयत्न करतोय तो.'' आदित्यनं विनीतच्या हातावर म्युट टाळी दिली.

''संकेत, यु हॅव रेज्ड गुड क्वेश्चन. विचारात टाकणारा प्रश्न आहे हा.'' नवले सर बोलू लागले, ''आपण स्वतःशी बोलण्याकरिता वेळ काढला तर आपल्यालासुद्धा आपला आतला आवाज ऐकू येईल.''

''काहीही हां, सर.'' असं म्हणत आर्यानं जान्हवीला टाळी दिली.

सर पुढं बरंच काहीबाही बोलत राहिले; पण त्याकडे कुणाचंच लक्ष नव्हतं. हेडफोन कानात घातलेल्या एखाद्याला शेजारच्या माणसाचं बोलणंही ऐकू येऊ नये, तसा सारा वर्ग सरांकडे पाहत होता.

'तुम्ही एवढे भारी स्मार्ट फोन वापरता, आपल्या फ्रेण्डसना कॉल करता. पण हॅव यू इवर डायल युवरसेल्फ? कधी तुम्ही स्वतःला फोन केलाय?'' नवले सर असं

म्हणाले तेव्हा मात्र सारे झोपेतून जागे झाले आणि सारा वर्ग खो-खो हसू लागला.

"सर, आम्ही फुटबॉलमध्ये सेल्फ गोल ऐकलाय; पण नेव्हर हर्ड सेल्फ कॉल." मोहिनी म्हणाली.

❀

शाळेतून घरी येताना परेश बराच विचारात पडला होता. स्कूलबसमध्ये नेहमीप्रमाणे गर्दी होतीच. 'आपण सेल्फी काढू शकतो, मग स्वतःशी बोलू का शकत नाही फोनवर?' नवले सरांनी विचारलेला प्रश्न त्याच्यासोबत शाळेतून घराकडे प्रवास करत होता.

त्यांनं तो प्रश्न रोहितला विचारला तर तो अशक्य हसू लागला. 'परेश हॅज गॉन मॅड' त्यांनं अख्ख्या स्कूलबसला ब्रेकिंग न्यूज दिली. सगळे पोट धरून हसले.

पण परेशला चिकटून बसलेला प्रश्न जागचा हलला नाही.

रात्री त्यांनं आपल्या फोनच्या सेटींगमध्ये जाऊन सेल्फ कॉल करता येतोय का, याची खटपट केली. पण काही केल्या जमेना. त्याचं कशात लक्षच लागेना. ना व्हॉट्सअॅप, ना फेसबुक. त्यांनं वैतागून फोन बेडवर फेकला.

"अरे, काय झालंय तुला? व्हाय आर यू नॉट हॅपी विथ युवर फोन?" डॅडनी विचारलं.

"मी स्वतःला कॉल करायचा ट्राय करतोय." परेश सहज म्हणाला.

"व्हॉट?" डॅड इतके मोठ्यानं म्हणाले की मॉम धावत आली, "आर यू ओके, परेश?"

"नाही, डॅड. नथिंग पर्टिक्युलर. मी गांधीजींसारखा माझा आतला आवाज ऐकायचा प्रयत्न करतोय. बट माय फोन इज नॉट वर्दी ऑफ इट."

"ओ, आय सी, डॅडना आता कल्पना आली, काय घडतंय त्याची. अरे, आतला आवाज ऐकण्यासाठी स्वतःशी बोललं पाहिजे. परेश, आरशात पाहण्यासारखं आहे ते. दिवसातून किती वेळा आपण आरशात पाहतो; पण स्वतःशी बोलत मात्र नाही."

"तुम्ही बोललाय कधी स्वतःशी?" परेशनं उत्सुकतेनं विचारलं.

"अरे, स्वतःशी बोलायला फोन कशाला हवा? मी तुझ्याएवढा असताना रोज डायरी लिहायचो. डायरीचं पान माझा आरसा होऊन जायचं. मी त्यात पाहायचो

आणि माझ्याशीच बोलायचो.'' डॅड एकदम त्याच्या क्लासमधल्या संकेतसारखं काहीतरी बोलू लागले होते.

''डॅड, मला तुमचा तो मॅजिकल मिरर बघायचाय...!'' परेश डॅडच्या गळ्यात आपले हात गुंफत म्हणाला.

''यू चिट, यू वॉन्ट टू रिड माय डायरी?'' डॅडी हसत-हसत म्हणाले. आणि त्यांनी कपाटात ठेवलेली त्यांची डायरी त्याला दिली.

''अरे, अकरावीत होतो तेव्हाची डायरी आहे. आईबाबांपासून दूर राहायचो, सोलापुरात.''

जुनी पिवळसर पानं, आणि त्यावर डॅडचं सुंदर हॅण्डरायटिंग. फाँटेनपेननं लिहिलेलं. त्यानं कुठलं तरी पान उघडलं आणि तो वाचू लागला,

आज दुपारची गोष्ट. मी नवी पेठेत चाललो होतो. ऊन मी म्हणत होतं. अंग भाजून निघतंय की काय, असं वाटत होतं. सेवासदनच्या वळणावर एक गरीब म्हातारी आजी दिसली. तिच्या पायात चप्पल नव्हती. बिचारीचे पाय भाजत होते. वयामुळं तिला वेगात चालताही येत नव्हतं. प्रत्येक पावलागणिक तिचा चेहरा वेदनेनं भरून जात होता. काय करावं ते सुचेना. तेवढ्यात रस्त्याने चालणाऱ्या एका माझ्याच वयाच्या मुलीनं त्या म्हातारीची अवस्था पाहिली आणि तिनं क्षणाचाही विचार न करता आपल्या पायातील चपला त्या आजीला दिल्या आणि स्वतः धावतच त्या तापल्या रस्त्यावरून जात राहिली. मी वेड्यासारखा त्या मुलीकडे पाहत राहिलो.

उन्हात उभ्या असलेल्या आंब्याच्या गर्द झाडासारखी दिसत होती ती...!

या अनामिक मुलीनं किती मोठा धडा शिकवला आज. अवघड आहे गं तुझ्या तापलेल्या वाटेवरून अनवाणी चालत राहणं... पण मी प्रयत्न करेन, माझ्यापरीनं...!

आणि परेशला आज सादिलबाबा सिग्नलजवळ घडलेला प्रसंग आठवला आणि त्याला स्वतःचीच लाज वाटली.

तेवढ्यात त्याचा फोन वाजला. त्यानं फोन उचलला, पाहतो तर काय, 'परेश कॉलिंग' परेश? त्याचा या नावाचा कोणी मित्र नव्हता.

ओहऽ, त्याच्या लक्षात आलं, सेल्फ कॉल...!! मिशन सक्सेसफुल...! त्याचाच कॉल आला होता, त्यालाच...!! त्यानं फोन कानाला लावला, 'हॅलो, परेश मी बोलतोय. ओळखलंस ना? किती दिवसांनी भेटतोयस रे!'

फूटप्रिंट्स

"कोकिळा गाऊ लागली रे... बघ कोण आलंय ते?" किचनमधून आई मोठ्या आवाजात म्हणाली, तसा अभिषेक नाइलाजाने उठला. कोकिळा गातेय म्हणजे दारावरील बेल वाजत आहे. त्यांच्या दारावरील बेल 'कुहू कुहू' वाजायची. म्हणून आई अशी गंमत करायची. त्यात अभिषेकच्या बाबांचं नाव वसंत. त्यामुळे त्यांच्या ऑफिसमधून येण्याच्या वेळी तर हमखास मजा यायची. त्यांनी बेल वाजवली आणि पीप होलमधून बाबा आहेत, हे लक्षात आलं की स्नेहल आईला चिडवत म्हणायची, 'आई, कोकिळा गाऊ लागली गं बाई... आला, वसंत आला.'

'गप बसा चहाटळ काट्र्यांनो...!' आई लटकेच रागवायची. धम्माल.

अभिषेकनं दार उघडलं आणि कामवाल्या रेखामावशी आत आल्या. आल्या-आल्या त्यांनी किचनमधील सिंकमध्ये वाट पाहणाऱ्या भांड्यांकडे आपला मोर्चा वळवला. आणि भांडी घासताना येणाऱ्या आवाजाच्या तालावर अभिषेकनं आपलं दंतसंगीत सुरू केलं. हो... त्याला आज उठायला उशीरच झाला होता. पण त्याला सॉलीड कारण होतं. काल त्यांच्याकडे सुमित आला होता– कानपूरहून. सुमित म्हणजे अभिषेकचा आतेभाऊ. तो आयआयटी कानपूरला शिकत होता. त्याचं आणि अभिषेकचं जाम पटायचं. तो असा अधीमधी सुट्टीला आला की दोघं नुसती धमाल करायचे. सुमित आयआयटीमधल्या गमतीजमती सांगायचा. त्यांनी केलेले

नवेनवे प्रोजेक्ट समजावून सांगायचा. त्याचे व्हर्च्युअल रिअॅलिटीचे काही प्रोजेक्ट पाहून तर तो जाम मॅडच झाला होता. आपणही आयआयटीला जायचं आणि मस्त रिसर्च करायचं, हे अभिषेकनं मनोमन ठरवून टाकलं होतं. काल संध्याकाळी सुमित आल्यापासून ते दोघे गप्पा मारत होते. सुमितच्या लॅपटॉपवर त्याने केलेले नवे प्रोजेक्ट पाहत होते. रात्री झोपायला दोन वाजले. मग कसले लवकर उठताहेत सकाळी! सुमित तर अजून उठलाही नव्हता... आणि भल्या पहाटे सकाळी नऊ वाजता अभिषेकरावांचे दंतसंगीत आताशी कुठं सुरू झालं होतं.

"छुन्नूऽऽ काय हे? पुन्हा तेच...!" स्नेहलचा आवाज. 'चला, दिदी उठल्या वाटतं.' अभिषेक मनाशीच पुटपुटला. स्नेहल रेखामावशींना छुन्नू म्हणायची, का तर त्या पैंजण घालायच्या आणि त्या आल्या की त्यांच्या पैंजणाची मंद किणकिण फक्त स्नेहलला ऐकू यायची. रेखामावशींनाही हे टोपण नाव फार आवडायचं.

"काय हो हे, तुम्हीच फरशी पुसता आणि तुम्हीच ती घाण करता." हॉलमधून परत स्नेहलचा आवाज आला. अभिषेक हॉलमध्ये आला तर रेखामावशी फरशी पुसत होत्या. पण मागे त्यांच्या पायाचे काळे मळकट ठसे पुसलेल्या फरशीवर उमटले होते. स्वच्छतेची भोक्ती असलेली स्नेहल त्यामुळे त्रासली होती. रेखामावशीही बिचाऱ्या वरमल्या होत्या,

"अवो, स्नेहाताई, मी कुठं एसीत बसूनशान काम करत्ये, बाई. शेनामातीत काम करावं लागतं स्नेहाताई...! आन् आमच्या वस्तीचा रस्ता बी समदा उखणलाय. समदी धूळ लागती पायास्नी. आन् धा-धा मिन्टाला हातपाय धोयाला येळ बी नाय आन् पानी तर कुठं हाय बक्कळ...!"

"सॉरी ओ छुन्नाऽ, खरंच सॉरी." आपण त्यांच्या मळकट पायांबद्दल बोललो याचं स्नेहललाही कसंतरी वाटलं. तिला त्यांची टाचेला फाटलेली, अगदी पातळ झालेली चप्पल आठवली.

रेखामावशीच्या खणखणीत आवाजानं सुमितही जागा झाला आणि हॉलमध्ये आला. सगळा प्रकार त्याच्या लक्षात आला.

"आयडिया...!" तो एकदम ओरडला.

"अरे कसली आयडिया? काही कळण्यासारखं बोलशील का, सुमित?" स्नेहल बोलली.

"जस्ट टू मिनिट्स... ब्रश करून आलोच मी.'' आणि एकदम टीव्ही अँकरच्या थाटात तो बोलला, ''तुम्ही कुठेच जाऊ नका... हा मी आलोच. हम बतायेंगे... किस के पांव कितने साफसुथरे है?''

अभिषेक आणि स्नेहल एकमेकांकडे पाहत राहिले. 'आता, हे काय नवीनच...!', असं दोघांच्याही चेहऱ्यावर स्वच्छ लिहिलं होतं. सुमित ब्रश करून येईपर्यंत पावडेकाका आले. आज बाबा आणि पावडेकाका कुठल्याशा कार्यक्रमाला जाणार होते.

स्नेहलने पावडेकाकांना पाणी दिलं.

फरशी पुसणाऱ्या रेखामावशींचं लक्ष पावडेकाकांच्या तळव्याकडं गेलं. एकदम गोजिरा-गुलाबी तळवा. कुठं चिरण्या नाहीत की काही नाही.

'एकदम लोण्यागत पाय हाय काकांचा.' रेखामावशी स्वतःशीच पुटपुटल्या. त्यांनी स्वतःच्या पायाकडे पाहिलं. पायाला कितीतरी चिरण्या पडल्या होत्या. माती, धूळ बसून त्या काळ्या पडल्या होत्या.

''तो देखते है... किस के पांव कितने साफसुथरे है?'' सुमित हॉलमध्ये आला.

''अरे, काय चाललंय तुमचं?'' अभिषेक-स्नेहलचे बाबाही तयार होऊन हॉलमध्ये आले होते.

''मामा, काही नाही. मी एक अॅप तयार केलं आहे. त्या अॅपच्या साह्यानं आपण कोणाचे पाय किती स्वच्छ आहेत, हे सांगू शकतो.'' सुमितनं सांगितलं.

''सुमित, आर यू जोकिंग? अरे पाय स्वच्छ आहेत की नाही, हे सांगायला अॅपची काय गरज आहे? तुम्हां टेक्नोसॅव्ही लोकांना कशाचंही अॅप करण्याशिवाय काही सुचतं की नाही? अरे, सगळ्यात भारी अॅप डोक्याच्या कवटीत आहे, हे विसरलात की काय तुम्ही लोक?'' बाबांनी आपली टेक्नॉलॉजीबद्दलची अनाठायी मळमळ व्यक्त केली.

''मामा, गंमत तर बघ तू माझ्या अॅपची... जिस का नाम है फूटप्रिंट्स.'' असं म्हणत सुमितनं आपला स्मार्टफोन काढला.

''सुरुवात करू या रेखामावशीपासून... ज्यांच्या पायाबद्दल दस्तुरखुद्द स्नेहलदीदीनं नोंदवला होता आक्षेप...!'' असं म्हणून सुमितनं आपल्या अँड्रॉईड मोबाईलमधलं अॅप उघडलं. स्नेहलचा चेहरा लटकला. तिला स्वतःचाच राग आला.

सुमितनं रेखामावशींना काही प्रश्न विचारायला सुरुवात केली...

"मावशी तुम्ही राहता कुठं?"

"हनुमान टेकडी झोपडपट्टी"

"इथून किती किलोमीटर आहे?"

"तीन"

"तुम्ही कशा आलात इथंपर्यंत?"

"गेल्या मयन्न्यापतूर चालतच येत हुते. पन आता माज्या लेकानं एक सायकल दिलीया मला. तवा आता सायकलनं येते..."

अशी अजून बरीच माहिती त्यां भरली. आठवड्यातून सरासरी किती किमी फिरती होते? ही फिरती तुम्ही कशी करता? आत्तापर्यंत किती झाडं तुम्ही लावली आहेत?

रेखामावशी फिरायची पायीच, कधीतरी सायकलनं. तिच्या इवल्याशा झोपडीपुढंही तिनं दोन झाडं लावली होती– त्यातलं एक लिंबोणीचं होतं. एवढी सगळी माहिती सुमित का घेतोय, तेच कुणाला कळेना. रेखामावशी तर फार गडबडून गेली.

"आणि आता पाहा... या आहेत रेखामावशींच्या फूटप्रिंट्स...!" असं म्हणत त्यां मोबाईलचं कसलंसं बटन दाबलं. आणि फरशीवर पायपुसणीच्या आकाराचा एक निळा चौकोन उमटला, अगदी आभाळाच्या निरभ्र तुकड्यासारखा! सगळे 'आ' वासून पाहत होते. आणि त्या निळ्या तुकड्याच्या मधोमध दोन पावलं उमटली ... एकदम चंदेरी वर्खात मढलेली आणि खाली इंग्लिशमध्ये शब्द उमटले... सिल्व्हर फूटप्रिंट्स - दि मोस्ट क्लिनली फूटप्रिंट्स.

"वावऽ पाह्यलंत– रेखामावशीचे पाय चंदेरी आहेत... एकदम क्लिन ... झऱ्याच्या स्फटिकस्वच्छ पाण्यासारखे." सुमित ओरडला.

"ह्याऽ हे भलतंच!!" रेखामावशींच्या पायांकडे पाहत पावडेकाका आढ्यतेनं म्हणाले.

सुमितनं हलकेच पावडेकाकांच्या गोजिऱ्या तळव्यांकडे पाहिले आणि म्हणाला, "काका, आपण तुमच्या पायाचं पाहू या का?"

"त्यात पाहायचं काय? हे बघ, किती स्वच्छ आणि मऊसूत आहेत माझे

पाय...!'' पावडेकाका पाय
सगळ्यांना दाखवत म्हणाले.
''पण चला काय सांगतंय तुमचं ॲप,
ते तरी पाहू या.''

आणि सुमितनं पावडेकाकांचा डेटा
ॲपमध्ये भरायला सुरू केला.

''काका, आता तुम्ही कुठून आलात?''

''विश्रांतवाडीहून''

''कसे?''

''ऑफ कोर्स... बाय माय कार.''

''वीस किलोमीटर... बाय कार. तुम्ही
एकटेच...!''

''येस्सऽऽ सो व्हॉट...!''

''अच्छा, पण काका आठवड्यातून
तुमचं एकूण फिरणं किती होतं?''

''अरे, माझं ऑफिसच माझ्या घरापासून
सोळा किलोमीटर आहे. रोजचे पस्तीस
-चाळीस किलोमीटर तर नक्कीच होतात.''

''आणि हे सगळं कारनं... तुम्ही एकटेच
ये-जा करता?''

''ऑफ कोर्स... नायतर काय बसला
लटकत जाऊ म्हणतोस?''

''काका, तुम्ही काही झाडं
लावली आहेत का?''

''पावडेकाकूंनी कुंडीतल्या रोपांकरिता

माती मागितली तर ती आणून देणं होतं नाही काकांना, ते झाडं काय लावणार?''
स्नेहलनं एकदम स्ट्रेट ड्राईव्ह लगावला.

सुमितनं पावडेकाकांची आणखी काही माहिती घेतली. आणि ॲपवर इंटर केली. पुन्हा निळा तुकडा चमकला. आणि काही क्षणातच त्या निळ्या तुकड्यावर पावडेकाकांची पावलं उमटली.

दोन काळीकुट्ट पाऊलचिन्हे!!

आणि खाली शब्द आले – सॉरी... यू हॅव डर्टीएस्ट फूटप्रिंट्स. परफेक्ट ब्लॅक फूटप्रिंट्स.

पावडेकाकांचा चेहरा एकदम पडला.

''काय नाटक आहे हे? असल्या व्हर्च्युअल गोष्टी नका सांगू मला...'' पावडेकाका रागाने म्हणाले.

सुमितनं त्यांच्या नाराज चेहऱ्याकडे पाहिलं आणि तो समजावणीच्या सुरात म्हणाला, ''माफ करा, काका. पण ही पावलं व्हर्च्युअल नाहीत. उलटपक्षी, ती अधिक खरीखुरी आहेत.''

''काका, हे ॲप आपण आपल्या दैनंदिन व्यवहारात किती कार्बन वातावरणात सोडतो, हे मोजतं. थोडक्यात, आपल्या जीवनशैलीतून उमटणाऱ्या आपल्या कार्बन प्रिंट्स रेखाटतं, ज्या आपल्याला उघड्या डोळ्यांना दिसत नाहीत. आता तुम्ही वीस किलोमीटर अंतर तुमच्या कारनं येता तेव्हा तुम्ही किमान एक लीटर पेट्रोल जाळता, तेव्हा त्याच्या दुपटीहून अधिक कार्बन डायॉक्साईड वातावरणात सोडता.''

''काहीतरीच, मला नाही पटत...''

''काका, हे एक शास्त्रीय सत्य आहे. एक लीटर पेट्रोल जळते तेव्हा दोन पूर्णांक तीन किलो कार्बन डायॉक्साईड वातावरणात सोडला जातो. तुमच्या कार्बन सोडण्याच्या प्रमाणावरून तुमच्या पावलांचा काळा रंग ठरतो. रेखामावशींच्या रोजच्या जगण्यात कार्बन उत्सर्जनाला वावच नाही. म्हणून तर त्यांची पावलं आपल्यापेक्षा अधिक सुंदर चंदेरी आहेत.'' सुमित बोलत होता.

''ओ माय गॉड, आपण फरशी घाण होण्याची गोष्ट करतो. पण आपण तर अवघं वातावरणच घाण, प्रदूषित करत असतो. किती प्रचंड कार्बन चिकटलेला असतो आपल्या पायांना! ग्लोबल वॉर्मिंगला हातभार लावतो आपण. तापानं फणफणलीय

आपली धरती.'' स्नेहल गहिवरून म्हणाली.

आपल्या पायाला चिकटलेला हा कार्बन आपल्याला धुवायला हवा...

''मी ठरवलंय मी कॉलेजला जाताना सायकल वापरणार. मला माझे पाय रेखामावशीसारखे चंदेरी हवेत.'' अभिषेक एकदम भारावून गेला होता.

''माझ्या तर कॉलेजसमोरच बस स्टॉप आहे. आजपासून मी बसनंच ये-जा करणार. ठरलं एकदम.'' स्नेहलने निश्चयच केला.

''खरंय पोरांनो, आजकाल चालणं, सायकल वापरणं विसरूनच गेलोय आपण. अगदी कोपऱ्यावरून भाजी जरी आणायची असली तरी आपण बाईकला किक मारतो आणि पुन्हा व्यायामाकरिता वेगळं 'मॉर्निंग वॉक'चं नाटक करतो,'' अभिषेकचे बाबा बोलत होते, ''बसनं प्रवास करणं तर आपल्याला कमीपणाचं वाटतं. पण आपल्या पायांना चिकटलेला कार्बन प्रमाणात ठेवण्याकरिता पब्लिक ट्रान्सपोर्ट इज मस्ट.''

रेखामावशी सगळ्यांचं बोलणं लक्ष देऊन ऐकत होत्या. बोलता-बोलता हलकेच त्यांनी आपल्या पायाचे फरशीवरले ठसे ओल्या फडक्यानं पुसून घेतले.

''पाहिलंत किती सहजपणे पुसले आपल्या मळलेल्या पायांचे ठसे रेखामावशींनी...'' सुमित बोलला, ''पण आपल्या पायांचे वातावरणावर उमटलेले ठसे मात्र आपल्याला इतक्या सहजतेने नाहीत बरं पुसता येणार. त्याकरिता आपल्याला झाडं लावावी लागतील... या हिरव्यागार झाडांनी आपली काळीकुट्ट पावलं थोडीतरी उजळ होतील.''

''हो ना, नाही तर आपण तसेच धावत राहू... मळलेल्या पायांची माणसं बनून...!'' पावडेकाका म्हणाले आणि त्या निळ्याशार तुकड्यावर चांदणं उमललं.

?

'रामा आंबा खातो,' लोहार सरांनी बोर्डावर वाक्य लिहिलं आणि वर्गाकडे नजर फिरवली आणि मग त्यांना स्वतःलाच थोडं हसू आलं. दहा वर्षं झाली मी मराठी शिकवतोय. दर वर्षी हेच वाक्य 'रामा आंबा खातो.' अरे, लोहारबाबा, कधीतरी दुसऱ्या कुणाला तरी खाऊ घाला राव आंबा. प्रत्येक वेळी आपलं रामा काय रामा!' ते स्वतःशीच पुटपुटले आणि पुन्हा हसले. लोहार सर तसा विनोदी आणि गमत्या माणूस. त्यांना असं स्वतःशीच हसताना पाहून त्यांच्याकडे बारकाईनं पाहणाऱ्या विशाललाही हसू आलं.

"का रे तू का हसतोस? 'रामा आंबा खातो,' या वाक्यात हसण्यासारखं काय आहे?" लोहार सरांनी खोट्या-खोट्या रागात म्हटलं; पण विशाल गडबडला.

"सर, तुम्ही हसलात म्हणून मला पण..."

"मी हसलो म्हणून तू पण हसलास. पण मी का हसलो ते तुला ऐकू आलं का?"

आता तर विशालची पुरती तंतरलीच.

"नाही सर, मी आपला अस्साच!" विशाल नक्की काय बोलावं हे न कळल्यानं अडखळला.

आणि मग लोहार सर एकदम गाडीचा टायर फुटावा तसे मोठ्यानं हसले आणि मग कसंबसं हसू रोखत बोलले, "हस रे बाबा हस. न हसना बुरा है, न हसाना बुरा

है, पर हसकर किसी का दिल दुखाना बुरा है.'' लोहार सरांची ही नेहमीची स्टाईल. पोरांसोबत ते पोर होऊन बोलायला सुरू करत आणि मग नक्की काय शिकवायचं होतं ते विसरून ते बोलत राहत. पण या चुकलेल्या नव्या वाटेवरही पोरांना बरंच काही शिकायला, ऐकायला मिळे त्यामुळं पोरं लोहार सरांचा तास जाम एन्जॉय करत.

''ये लिटल स्पॅरो, अगं, तूच चिऊताईऽ,'' लोहार सर मागच्या बेंचवर बसलेल्या सलमाला उद्देशून बोलले, ''काय लिहिलंय मी बोर्डवर?''

सलमा उभी राहिली आणि म्हणाली, ''सर, रामा आंबा खातो.''

''अगं, मग खाऊ दे की, तुझी काय हरकतय का? मला का सांगतेस?'' सर म्हणाले आणि सगळा वर्ग खो-खो हसला.

''सलमा, हे कसलं वाक्य आहे?'' सरांची गाडी रुळावर आली.

''सर, हे साधं वाक्य आहे.'' सलमा म्हणाली.

''बरोबरऽ. आंबा जरी हापूस असला तरी वाक्य बिचारं साधं आहे. साधं विधानार्थी वाक्य.''

''सर, आंबा हापूस आहे, असं कुठंही म्हटलेलं नाहीये वाक्यात.'' वर्गातील प्रकांडपंडित शुभमने आपले अचूक निरीक्षण लगेच नोंदवलं.

''अगदी बरोबर, शुभम! आंबा हापूस असता तर तू त्या बिचाऱ्या रामाला खाऊ तरी दिला असता का? म्हणून मी तुला मुद्दामच सांगितलं नाही.'' सरांनी शुभमला क्लिनबोल्ड केलं आणि वर्गात पुन्हा गडगडाट झाला. लोहार सरांनी पुन्हा बोर्डाकडे पाहिले. पुन्हा वर्गाकडे नजर फिरवली आणि म्हणाले, ''आता आपल्याला या विधानार्थी वाक्याचं रूपांतर प्रश्नार्थक वाक्यात करावयाचं आहे. चला, शिंपडा व्याकरणाचं मंतरलेले पाणी या वाक्यावर आणि करा त्याला प्रश्नार्थक!''

''कोण आंबा खातो?'' अनिकेत ओरडला.

''रामा काय खातो?'' दिव्याने बसूनच सांगितलं.

''रामा आंबा खातो आहे का?'' विशालने सांगितलं आणि पुढे बोलला, ''सर या प्रश्नात आपण जोर कोणत्या शब्दावर देतो, म्हणजे रामावर की आंब्यावर यावर प्रश्नाचा रोखही बदलतो.''

''खरंय रे विशाल; पण आंब्यावर नको एवढा जोर देऊ. त्याचा एकदम मँगो माझा होऊन जायचा.'' सरांनी पुन्हा सिक्सर मारला. पोरं जाम चेकाळली.

तेवढ्यात शुभम आपला जाड भिंगाचा चष्मा एका हाताने नीट डोळ्यांवर ठेवत उठला आणि म्हणाला, ''पण सर, आय हॅव अ क्वेशन!''

''पण मराठीच्या तासाला तुला क्वेशन का पडावा म्हणतो मी? प्रश्न पडला तर समजू शकतो मी.''

वर्गात पिकलेली खसखस थांबल्यावर शुभम पुढं बोलला, ''सर, मला काय वाटतं, मुळात आपण त्या साध्या विधानार्थी वाक्याला आहे तसं का राहू देत नाही? त्याला प्रश्नार्थक बनवायची गरजच काय? प्रश्नार्थक वाक्य करायला शिकायचंच कशासाठी म्हणतो मी? अशा गोष्टी अभ्यासक्रमात का असतात, काही कळत नाही.'' आणि शुभम खाली बसला.

शुभमच्या या प्रश्नावर लोहार सरही क्षणभर शांत झाले. शुभमने एकदम गंभीर प्रश्न विचारलाय, हे त्यांच्या ध्यानात आले.

''बोला बहिणाबाई चौधरी!'' सर श्रुतीला उद्देशून बोलले. श्रुती कविता लिहायची म्हणून सर तिला बहिणाबाई चौधरी म्हणायचे.

''सर, मला काय वाटतं सांगू?'' श्रुतीने तिच्या नाजूक लाडिक आवाजात बोलायला सुरुवात केली. ''तुम्ही त्या प्रश्नचिन्हाकडे नीट बघा ना, त्यात पूर्णविरामसुद्धा दडलेला आहे. फक्त वर एक छान वेटोळा आहे. सगळीकडे उत्तराचा शोध घेऊनच, चढउतार ओलांडत आपण पूर्णविरामापर्यंत पोहोचणार ना!''

''अरे वा, बहिणाबाई, तुम्ही प्रश्नचिन्हावर कविता करताय की काय?''

आणि मग एकदम सम्यक उभा राहिला. सम्यकला विज्ञानात चांगलीच गती होती. काहीही झाले की त्याला विज्ञानातील गोष्टी आठवायच्या. तो कायम आपल्याच तंद्रीत असायचा. त्याचं वर्गात नीट लक्ष नसायचंच मुळी. सर त्याला गमतीनं 'लक्ष्मण' म्हणायचे.

लक्ष्मणराव म्हणाले, ''सर, हा क्वेशन मार्क म्हणजे जुन्या पद्धतीच्या घड्याळात गुंडाळून ठेवलेल्या एखाद्या स्प्रिंगसारखा दिसतोय. अशा स्प्रिंगमध्ये स्थितिक ऊर्जा असते. आय मीन स्टॅटिक एनर्जी! जसजसा प्रश्न उकलत जातो तसतसं त्या स्प्रिंगचे वेटोळे लूज होत जातात आणि त्याचे रूपांतर गतिज ऊर्जेत होतं. म्हणजे सर क्वेश्चन्स आर एंबेडेड विथ एनर्जी. म्हणून ते महत्त्वाचे आहेत.''

''लक्ष्मणराव,'' लोहार सर सम्यकला हात जोडत म्हणाले, ''अहो, मी मराठीचा शिक्षक आहे. तुम्ही हे फिजिक्सच्या भाषेत बोलायला लागले तर मला देशपांडे सरांकडे ट्युशन लावावी लागेल.'' आणि सर मोठ्यानं हसले.

थोडा वेळ वर्ग शांत होता. मग सरच बोलले, ''गाईज, तुम्ही भारी आहात राव! किती विचार करताय तुम्ही! प्रश्न विचारायला शिकलंच पाहिजे. तुम्हांला काय वाटतं? मला रुड्‌यार्ड किपलिंग या इंग्लिश कवीची एक कविता आठवते —

I keep six honest serving-men
They taught me all I knew;
Their names are What and Why and When
and How and Where and Who.

''काय, केव्हा, कधी, का, कुठे आणि कसे हे सगळे प्रश्न म्हणजे आपले प्रामाणिक सेवक आहेत, त्यांच्यामुळेच आपल्याला ज्ञान मिळते, असे कवी म्हणतो.''

''होऽ हो, सर. एकदम बरोबर. काल भूगोलाच्या सोनवणे मॅडमनी आम्हांला गॅलिलिओची गोष्ट सांगितली. बायबलमध्ये लिहिलं होतं, सूर्य पृथ्वीभोवती फिरतो.'' रोशनी सांगू लागली.

''सूर्य पृथ्वीभोवती फिरतो, साधं विधानार्थी वाक्य!'' लोहार सर मोठ्यानं म्हणाले, ''पण कोपर्निकस आणि गॅलिलिओ यांनी त्याचं प्रश्नार्थक वाक्य केलं, 'सूर्य पृथ्वीभोवती फिरतो हे खरं आहे काय?' लोकांना खूप राग आला. हा प्रश्न का विचारतो? याला काय लोहार सरांनी विधानार्थी वाक्याचं प्रश्नार्थक वाक्य करा, असं सांगितलं होतं काय, वेडा कुठला.'' सगळा वर्ग हसला.

रोशनी म्हणाली, ''पण गॅलिलिओचंच खरं होतं. सूर्य काही पृथ्वीभोवती फिरत नाही. उलट पृथ्वीच सूर्याभोवती फिरते.''

''बघा. म्हणजे, गॅलिलिओने प्रश्न विचारला नसता तर हे आपल्याला कळलं असतं का?

सगळा वर्ग जोरात 'नाही' म्हणाला. आणि त्याच आवाजात तास संपल्याची बेल वाजली.

''सर, उद्याचा होमवर्क?' पुन्हा सगळ्यांनी एकसुरात विचारले.

''छान, तुम्ही आठवण करून दिलीत. आज आपण प्रश्न विचारण्यावरून एवढी सारी चर्चा केली आहे. पण तुम्ही स्वतः कधी प्रश्न विचारले आहेत का? आणि तुम्ही प्रश्न विचारल्यावर पुढे काय झालं, या विषयावर उद्या एक निबंध लिहून आणाल?''

''निबंध नाही, सर. गोष्ट! प्रश्न विचारण्याची गोष्ट.'' लिटल स्पॅरो म्हणाली.

''ओके चिऊताई, गोष्ट तर गोष्ट.'' म्हणत लोहार सर वर्गाच्या बाहेर पडले.

माझी आई मला नेहमी सांगते की शनिवारी आणि अमावास्येला मारुतीच्या मंदिरात जाऊन तेलवात करावी. पण मला संध्याकाळी खेळायला जायचं असायचं म्हणून मला मारुतीच्या मंदिरात जायचा कंटाळा यायचा. तर, एके दिवशी शनिवारी माझा दादा त्याच्या गाडीवरून घसरला आणि त्याच्या पायाला थोडं लागलं तर आई म्हणू लागली, 'या काट्याच्या

कानीकपाळी ओरडत असते की मारुतीची तेलवात चुकवत जाऊ नको, झाला ना ऑक्सिडेण्ट!' मग मला प्रश्न पडला, मी तो आईला विचारला, 'आई, दादाच्या ऑक्सिडेण्टचा आणि मारुतीच्या तेलवातीचा काय संबंध?' पण माझ्या आईला प्रश्न आवडला नाही. ती रागात म्हणाली, 'मला अक्कल शिकवू नकोस.' मला खूप रडू आलं. मग बाबांनी मला जवळ घेतलं; पण माझ्या प्रश्नाचं उत्तर त्यांनीही दिलं नाही. मला या प्रश्नाचं उत्तर शोधायचं आहे. अशी आहे माझी प्रश्न विचारण्याची गोष्ट.

शुभमच्या निबंधाची लोहार सरांना मोठी गंमत वाटली. दोन दिवसानंतर सरांनी पोरांच्या गृहपाठाच्या वह्या तपासायला सुरुवात केली होती. आणि एकेकाच्या निबंधात ते पार गुंगून गेले होते. सरांनी त्याच्या निबंधावर शेरा मारला, 'तुझी प्रश्न विचारण्याची गोष्ट अजून अपुरी आहे. उत्तर शोधल्यावर ती पूर्ण होईल.'

एकीने लिहिले होते –
मला मेन्सेस सुरू झाले तेव्हाची गोष्ट. माझी आजी मला घरात कशाला शिवू द्यायला तयार नाही. मला म्हणे, 'तू बाजूला बस.' मी 'का' म्हणून विचारले. तर, आई आणि आजी म्हणाल्या, 'मासिक पाळी (मेन्सेस) ही अपवित्र गोष्ट असते.' मी म्हटलं 'का?' तर कुणी काही सांगायला तयार नाही. म्हणे, 'असते म्हणजे असते. जास्त शहाणपणा दाखवू नकोस.' मी म्हटलं, 'मी या प्रश्नाचा पाठलाग करणार.' माझी मावसबहीण डॉक्टर आहे. मी तिला भेटले. ती म्हणाली, 'काही नाही गं, ही स्त्री-शरीरातील नैसर्गिक गोष्ट आहे. पवित्र-अपवित्र या सगळ्या जुन्या खुळचट कल्पना आहेत.' मग मी आईला आणि आजीला त्यांच्याकडे घेऊन गेले. डॉक्टरताईचं ऐकून यांची बोलती बंद आणि मला फुल्ल मोकळं-मोकळं वाटलं. प्रश्न विचारले पाहिजेत.

पुढची वही नेमकी बहिणाबाईंची म्हणजे श्रुतीची होती.
ही गोष्ट माझ्या आणि रेहानाच्या मैत्रीची आहे. नववीच्या वर्षाचा पहिलाच दिवस होता. प्रेयरनंतर आम्ही सारे क्लासमध्ये बसलो होतो. सर अजून

यायचे होते. तेवढ्यात मला मागून श्रेयाचा आवाज आला, 'ए चल, तू नको बसू माझ्या बेंचवर.' मी मागे वळून बघितलं. एक नवीनच मुलगी आमच्या वर्गात आली होती. तिनं केस नीट विंचरले नव्हते. तिचा युनिफॉर्महीं मळलेला होता. त्या मुलीला कुणीच आपल्या बेंचवर बसू दिलं नाही. ती खिडकीच्या मागे असणाऱ्या एका मोडक्या बेंचवर एकटीच बसली. सर आले आणि वर्ग सुरू झाला.

मधल्या सुट्टीपर्यंत मी तो प्रसंग विसरूनहीं गेले. मधल्या सुट्टीत मी श्रेयाला विचारलं, 'सकाळी काय झालं होतं गं?'

'अगं, कसलं काय. किती हॉरिबल डर्टी आहे ती नवीन मुलगी. मी म्हटलं, माझ्या शेजारी नको बसू.'

त्या दिवशी ती मुलगी त्या मोडक्या बेंचवर एकटीच बसली. वर्गातलं कुणीही तिच्याशी काही बोललं नाही, तीही कुणाशी बोलली नाही. 'ती मुलगी घाणेरडी आहे.' एवढं एक साधं विधानार्थी वाक्य होतं; पण त्याचं प्रश्नार्थक वाक्य कोणी केलंच नाही. त्या दिवशी संध्याकाळी घरी गेल्यावर माझ्या मॉमला मी ही गोष्ट सांगितली. ती म्हणाली, 'अगं, कुणाला हौस असते का डर्टी राहण्याची? ती घाणेरडी का राहते, विचारून तर घे.'

कधी एकदा दुसरा दिवस उगवतो आणि मी तिला विचारते असं मला झालं होतं. आणि मग सारेच कळले : तिचं नाव रेहाना. एक दोन महिन्यांपूर्वी तिचे वडील अपघातात गेले होते. तिची आई अजून त्या शॉकमधून बाहेर आली नव्हती. ती पूर्ण डिप्रेशनमध्ये गेली होती. रेहानाची अवस्था वेगळी नव्हती. पण मग आम्ही या प्रश्नावर उत्तर शोधलं. एक तर शाळेत ती माझ्याजवळ बसू लागली. तिच्या जवळपास राहणाऱ्या सगळ्या मैत्रिणींचा आम्ही एक ग्रुप केला. रेहाना रोज एक मैत्रिणीकडे अभ्यासाला, खेळायला येऊ लागली. कधी आम्ही तिच्या घरी खेळायला, अभ्यासाला जाऊ लागलो. रेहानाच्या अम्मीशी बोलू लागलो. रेहानाची अम्मी हळूहळू सावरते आहे; पण रेहानाला तिचं हसू पुन्हा गवसलंय. आता ती वर्गातील सर्वात स्मार्ट, नीटनेटकी राहणारी मुलगी आहे.

आता माझ्या प्रश्नाला उत्तर म्हणून रेहानाचं हसू लगडलंय.

वाचता-वाचता लोहार सर हसले. 'वेडी पोर, टू पोऑटिक.' ते स्वतःशीच पुटपुटले. त्यांना वाटलं, पोरांच्या गृहपाठाच्या वह्यांमध्ये प्रश्नांची फुलपाखरं उडताहेत. जगण्याच्या प्रत्येक क्षणावर कुतूहलानं विसावताहेत. त्यांच्या पायाला उत्तराचे पराग चिकटताहेत. आपल्याला श्रुतीच्या निबंधाची बाधा झाली आहे, हे सरांच्या लक्षात आलं.

ते एकदम स्वतःशीच हसले आणि त्यांनी श्रुतीच्या निबंधावर शेरा लिहिला, 'सवाल अच्छे है!'

'आता पोरांच्या होमवर्कच्या वह्यांमध्ये हसण्यासारखं काय आहे बाई?' सरांना स्वतःशीच हसताना पाहून लोहार बाईंना प्रश्न पडला.

डॉ. प्रदीप आवटे
एमबीबीएस, डीसीएच

- वैद्यकीय डॉक्टर. सध्या सार्वजनिक आरोग्यक्षेत्रात कार्यरत.

- जागतिक आरोग्य संघटनेच्या पोलिओ निर्मूलन कार्यक्रमात उत्तर प्रदेश, मध्य प्रदेश आणि गुजरात येथे 'सर्वेक्षण वैद्यकीय अधिकारी' म्हणून कार्य

- *माझ्या आभाळाची गोष्ट, धम्मधारा* आणि *या अनाम शहरात* हे कवितासंग्रह प्रकाशित

- *जग्गूभैय्या झिंदाबाद, आणखी एक स्वल्पविराम* ही किशोरांसाठीची पुस्तके

- *अडीच अक्षरांची गोष्ट* हा ललित लेखसंग्रह

- *नवा भूगोल घडवू* आणि *सेंटपरसेंट आजचे न्यायालय* ही लहानांसाठीची नाटुकली

- *पाखरांची शाळा* या मुलांसाठीच्या मासिकाचे काही काळ संपादन

- सुप्रसिद्ध कादंबरीकार अरुण साधू यांच्यावरील *कालदर्शी* या समीक्षाग्रंथात सहलेखन

- इयत्ता दहावीच्या (इंग्लिश माध्यम) मराठी पाठ्यपुस्तकात 'अक्षरभारती'मध्ये 'फूटप्रिंट्स' या कुमारकथेचा समावेश

- विविध नियतकालिकांतून ललित, सामाजिक आणि आरोग्यविषयक स्तंभलेखन

- बालनाट्य, कविता, मुलाखती, श्रुतिका यांच्यासह आकाशवाणीवरून विविध कार्यक्रमांचे प्रसारण

- दूरदर्शनवरील विविध कार्यक्रमात सहभाग

www.ingramcontent.com/pod-product-compliance
Lightning Source LLC
LaVergne TN
LVHW041735190726
843493LV00008B/2367